सरश्री

मांजर आडवं गेलं तर...

चुकीच्या धारणांतून मुक्ती

रूढी, परंपरांचा शास्त्रीय दृष्टिकोनातून घेतलेला वेध

मांजर आडवं गेलं तर : चुकीच्या धारणांतून मुक्ती

© Tejgyan Global Foundation

All Rights Reserved 2015.
Tejgyan Global Foundation is a charitable organization having its headquarters in Pune, India.

सर्वाधिकार सुरक्षित
'वॉव पब्लिशिंग्ज'द्वारे प्रकाशित हे पुस्तक अशा अटीवर विकण्यात येत आहे की प्रकाशकाच्या लेखी पूर्वअनुमतीविना ते व्यापाराच्या दृष्टीने अथवा अन्य प्रकारे उसने, भाड्याने अथवा विकत अन्य कोणत्याही प्रकारच्या बांधणीत अथवा अन्य मुखपृष्ठासह देता येणार नाही. तसेच अशाच प्रकारच्या अटी नंतरच्या ग्राहकावर बंधनकारक न करता आणि वर उल्लेखिलेल्या कॉपीराइटपुरत्या मर्यादित न ठेवता या पुस्तकाच्या कोणत्याही स्वरूपाच्या विनिमयास, तसेच कॉपीराइटधारक व वर उल्लेखिलेले प्रकाशक दोघांच्याही लेखी पूर्वअनुमतीविना इलेक्ट्रॉनिक, मेकॅनिकल, फोटोकॉपी, रेकॉर्डिंग इत्यादी प्रकारे या पुस्तकाचा कोणताही अंश पुनःप्रस्तुत करण्यास, जवळ बाळगण्यास अथवा सुधारित स्वरूपात प्रस्तुत करण्यास मनाई आहे.

ISBN : 9788184154344

प्रकाशक : वॉव पब्लिशिंग्ज् प्रा. लि., पुणे

पहिली आवृत्ती : जुलै २०१५

पुनर्मुद्रण : डिसेंबर २०१५, ऑक्टोबर २०१६

'कैसे मुक्ति मिले मान्यताओं से, गलत धारणाओं से' या मूळ हिंदी पुस्तकाचा मराठी अनुवाद

Manjar Aadva Gela Tar - Chukichya Dharanantun Mukti
By **Sirshree** Tejparkhi

समाजहिताचा विचार करून
काही प्रथा, रीतीरिवाज बनवणाऱ्या
पूर्वजांना हे पुस्तक समर्पित

बेस्टसेलर पुस्तक 'विचार नियम'चे रचनाकार सरश्री यांची अन्य श्रेष्ठ पुस्तकं

आध्यात्मिक विकास साधण्यासाठी या पुस्तकांचा लाभ घ्यावा

- जीवनाची दोन टोकं – ध्यान आणि धन
- अंतर्मनाच्या शक्तीपलीकडील आत्मबळ
- ध्यान नियम – आध्यात्मिक उन्नतीचा दिव्यमार्ग
- मृत्यू उपरांत जीवन – मृत्यू मोका की धोका
- ईश्वर कोण मी कोण – आत्मसाक्षात्काराचा मार्ग
- तुझी इच्छा तीच माझी इच्छा – भक्ती वरदान
- The मन – कसे बनावे मन: नमन, सुमन, अमन आणि अकंप
- प्रेम नियम – प्लॅस्टिक प्रेमातून मुक्ती
- प्रथम स्मरावा राम नंतर काम – प्रेम, काम आणि वासनेच्या परिचयाचं महान सूत्र

स्वविकासासाठी या पुस्तकांचा लाभ घ्यावा

- विचार नियम – आपल्या यशाचे रहस्य
- विकास नियम – आत्मसंतुष्टीचं रहस्य
- आळसावर मात – उत्साही जीवनाची सुरुवात
- स्वसंवाद एक जादू – आपला रिमोट कंट्रोल कसा प्राप्त करावा
- बोरडम, मोह, अहंकार यांपासून मुक्ती – सूक्ष्म विकारांवर विजय
- रचनात्मक विचारसूत्र – नाविन्यपूर्ण विचारांद्वारे जीवन बदलण्याचा मार्ग
- सुगंध नात्यांचा – सोनेरी नियमाची किमया
- आत्मविश्वास आणि आत्मबळ – How to gain Self Confidence
- साहसी जीवन कसं जगाल – अशक्य कार्य शक्य कसं कराल

युवकांनी या पुस्तकांचा लाभ घ्यावा

- आजच्या युवा पिढीसाठी – विचार नियम फॉर युथ
- नींव नाइन्टी फॉर टीन्स् – बेस्ट कसे बनाल
- श्रीरामांकडून काय शिकाल – नवरामायण फॉर टीन्स्

या पुस्तकाद्वारे प्रत्येक समस्येचं समाधान प्राप्त करा

- स्वाथ्य प्राप्तीसाठी विचार नियम – मन:शक्तीद्वारे निरामय आरोग्य मिळवा
- स्वीकाराची जादू – त्वरित आनंद कसा प्राप्त करावा
- भय, चिंता आणि क्रोध यांपासून – मुक्ती

या आध्यात्मिक कादंबऱ्यांद्वारे जीवनाचं गूढ रहस्य जाणा

- योग्य कर्मांद्वारे यशप्राप्ती – सन ऑफ बुद्धा
- शोध स्वतःचा – In Search of Peace
- पृथ्वी लक्ष्य – मृत्यूचं महासत्य
- दुःखात खुश राहण्याची कला – संवाद गीता

अनुक्रमणिका

प्रारंभ	जशी दृष्टी तशी सृष्टी	७
भाग १	धारणा म्हणजे अंधकार 'समज' म्हणजे प्रकाश	१४
भाग २	धारणा कशा निर्माण झाल्या विवेकाची कास धरा	१९
भाग ३	पैशांविषयी चुकीच्या धारणा केवळ पैसा हवाय की समज	४८
भाग ४	बालक-पालक धारणा आदर्श पालक कसे व्हाल	५२
भाग ५	प्रार्थनेबाबतच्या गैरसमजुती समजेसह प्रार्थना कशी करावी	५९
भाग ६	ईश्वराविषयी चुकीच्या कल्पना ईश्वर अंतर्यामी आहे	६७
भाग ७	'अध्यात्म' : समज – गैरसमज जीवन जगण्याची कला	७५

भाग ८	**आत्मसाक्षात्कार – भ्रम आणि वास्तव**	८७
	सर्वोच्च आनंदाकडे वाटचाल	

भाग ९	**गुरुंविषयी चुकीच्या धारणा**	११४
	काय भुललासी वरलिया रंगा	

भाग १०	**बालकांविषयी धारणा**	११९
	मूल नव्हे, 'जिवंत चैतन्य'	

भाग ११	**धारणांतून मुक्तीसाठी कार्ययोजना**	१२३
	पुस्तक वाचल्यावर तुम्ही काय कराल	

भाग १२	**तेजज्ञान फाउंडेशन**	१२७
	धारणांतून मुक्तीचा राजमार्ग	

	परिशिष्ट	१३९-१४४
	तेजज्ञान फाउंडेशन आणि पुस्तकांची माहिती	

प्रारंभ

जशी दृष्टी तशी सृष्टी

दृश्य पाहणारा कोणत्या दृष्टिकोनातून ते पाहतोय, यातच प्रत्येक दृश्याचं सौंदर्य लपलेलं असतं. गरज आहे, केवळ आपला दृष्टिकोन बदलण्याची. धर्म बदलण्याऐवजी आपली दृष्टी बदलण्याची... मग मन:शांती साध्य झाली नाही तरच नवल!

एका गावात एक गुरुजी नित्यनेमाने मंदिरात पूजा करत असत. या गुरुजींचं एक अतिशय लाडकं मांजर होतं आणि त्या मांजराचंही गुरुजींवर खूप प्रेम होतं. ते सतत गुरुजींच्या पायात घुटमळायचं. अत्यंत आवडत्या अशा या मांजराची फक्त एकच गोष्ट गुरुजींना त्रासदायक ठरायची, ती म्हणजे पूजेच्या वेळी चालणारी त्याची लुडबुड.

पूजेअगोदर गुरुजी फुलं, उदबत्ती, दूध, कापूर, धूप, प्रसाद, पाणी अशी सगळी पूर्वतयारी करून बसायचे. पूजेची वेळ होताच मांजरही तिथे येऊन बसायचं. परंतु एका जागी शांत बसेल ते मांजर कसलं! ते कधी दूध सांडायचं तर कधी पाणी लवंडत असे. कधी प्रसादाच्या भांड्यातच तोंड घालत असे तर कधी पूजेच्या तबकालाच धक्का

द्यायचं. अशावेळी गुरुजी मांजराला देवळाबाहेर सोडून, दरवाजा बंद करायचे. तरीदेखील मांजर दरवाजावर पंजा मारत बसायचं, ओरडत राहायचं. त्याच्या या खोड्यांमुळे पूजेत विघ्न येई.

यावर गुरुजींनी एक युक्ती शोधली. पूजेच्या आधी ते मांजराला देव्हाऱ्यातच बांधू लागले. त्यामुळे मांजर गुरुजींजवळच तर राही पण पूजेच्या तबकाजवळ ते पोहचू शकत नसे. अशाप्रकारे गुरुजींची दैनंदिन पूजा व्यवस्थित होऊ लागली आणि मांजरही आनंदात राहू लागलं.

काही वर्षांनंतर गुरुजींचा मृत्यू झाला. मग ते मांजरही कुठेतरी निघून गेलं. गुरुजींच्या निधनानंतर त्यांचे शिष्य आश्रमाची व्यवस्था पाहू लागले. मात्र पूजेला बसताच त्यांना गुरुजींच्या मांजराची आठवण झाली. आपले गुरुजी पुजेच्या वेळेस देव्हाऱ्यात मांजर बांधत असल्याचं त्यांना आठवलं. परंतु गुरुजींचं लाडकं मांजर तर आता तिथं नव्हतं! आता काय करावं? मग त्या शिष्यांनी कुठूनतरी एक मांजर पकडून आणलं आणि त्याला बांधून पूजेला प्रारंभ केला. कारण मांजर बांधून ठेवणं हा पूजेचाच एक विधी असल्याची त्यांची समजूत झाली. त्यामुळे आधी मांजराला बांधून मगच पूजा करायची हेही नित्यनेमाचंच झालं. मांजर का बांधून ठेवायचं, याचं कारण शिष्यांना शेवटपर्यंत समजलंच नाही. पण आपल्या गुरुजींनी केलेली कृती आपणही करायला हवी, ही त्यांची ठाम समजूत! 'मांजर बांधल्याने काहीतरी विशेष घडत असेल... कदाचित मांजर एखाद्या देवाचं वाहन असेल... जो ईश्वर मांजरावर आरूढ होतो, तो नाराज होऊ नये म्हणून त्याला बांधत असतील...' यांसारख्या समजुतीमध्येच ते शेवटपर्यंत राहिले. तसंही बहुतांश कथा, चित्रपटांतून आपल्या भक्ताच्या कृत्याने देव नाराज झालेले दाखवतात. कोणीतरी आंबट खाल्लं म्हणून... कोणी एखाद्या विशिष्ट दिवशी केस कापले म्हणून... किंवा एखाद्यानं उपवास मोडला म्हणून देव रागावतो... लाल, पिवळे कपडे घातले तरी ईश्वर अप्रसन्न होतो... अशा गोष्टी दाखवल्या जातात.

आता पंडितजींच्या आश्रमात मांजराला बांधून ठेवण्याचं कर्मकांडच बनवलं गेलं. इथपर्यंत, की पूजेमध्ये मांजर बांधणं हे त्या पंथाचं जणू वैशिष्ट्य बनलं. जोपर्यंत एखादा विचारी मनुष्य त्या पंथाशी जोडला जात नाही, तोपर्यंत तेथे अशीच कर्मकांडं

शतकानुशतकं सुरूच राहतात. कारण कित्येक चुकीच्या कल्पना, अंधश्रद्धा पिढ्यान्पिढ्या समाजातील लोकांच्या मनाचा, समाजमनाचा पगडा घेतात.

'समजुती, अंधश्रद्धा, चुकीच्या कल्पना, अनुमान, पूर्वग्रह, धारणा' या विषयांवर एक सर्वेक्षण करण्यात आलं, तेव्हा बहुतांश लोक कोणत्या ना कोणत्या चुकीच्या समजुतींचे शिकार आहेत हे आढळलं. काही जण मांजर आडवं गेलं तर अपशकुन घडतो यावर विश्वास ठेवतात, तर काही ईश्वर नाराज होतो असं मानतात. पाल वरून खाली पडणं हे एखाद्यासाठी अशुभ असतं; तर कोणाला झाडू उलटा ठेवणं मान्य नसतं. इतकंच काय पण काळ्या रंगाचे कपडे घालणे हा कोणासाठी अशुभ संकेत असतो. रात्रीच्या वेळी केरकचरा काढायचा नाही, घर झाडायचं नाही असंही मानणारे काही आहेत. कोणी म्हणतं, मुलींनी स्मशानात जाऊ नये, तर कोणाला आरशाला तडा जाणं चुकीचं वाटतं. तळहाताला खाज सुटली तर धनलाभ होणार असं एखाद्याला वाटतं. 'तीन तिघाडा काम बिघाडा' यावर कोणाचा ठाम विश्वास असतो. डोळा फडफडणं हे अशुभ लक्षण असा काहींचा समज तर काहींच्या मते, कुत्र्याचं रडणं म्हणजे अपशकुनाची चाहूल... कोणी म्हणतं, घरात नखं कापणं चांगलं नाही. तर काहींना, 'जितकं जास्त हसाल तितकंच रडाल' याची खात्री. घरात वडिलांचा, मोठ्यांचा अथवा वृद्ध व्यक्तीचा मृत्यू झाला तर त्यांच्या मुलांनी मुंडण करायलाच हवं असा काहींचा समज तर हातात मीठ घेतलं की हमखास भांडणाची काहींना खात्रीच!... याप्रकारे आपल्या समाजात शतकानुशतकं अशा अगणित चुकीच्या धारणा, प्रथा बनवल्या गेल्या. ज्या समाजाचा आपण घटक आहोत, त्या लोकांच्या अशा धारणा आणि त्यांचा आपल्या दैनंदिन जीवनावर होणारा परिणाम समजून घेणं आवश्यक आहे. समजा, त्या धारणांचा आपल्यावर चुकीचा परिणाम होत असेल तर आपण शक्य तितक्या लवकर जागरूक होऊन त्या मागील कारणं आणि त्यावरचे उपाय समजून घ्यायला हवेत. ही सजगताच भविष्यातील पिढ्यांसाठी वरदान सिद्ध होईल. अन्यथा नवीन पिढीलादेखील या अंधश्रद्धांचे दुष्परिणाम भोगावे लागतील.

या सर्वेक्षणात अधिकतर लोकांच्या मनोधारणा, 'कुत्र्याचं रडणं अशुभ असतं, डोळा फडफडणं शुभ नसतं, खूप हसलं की रडावं लागतं, झाडू उलटा ठेवू नये, घरामध्ये

मृत्यू झाल्यानंतर मुलाला मुंडण करावं लागतं' अशाच होत्या.

गैरसमजुती किंवा धारणा म्हणजे काय, हे वरील सर्वेक्षणावरून तुमच्या लक्षात आलंच असेल. धारणा म्हणजे काही चुकीच्या समजुती, भ्रम, अनुमान, कुतर्क, अगदी अंधश्रद्धासुद्धा! म्हणजेच अशा काही गोष्टी, ज्या खऱ्या नसूनही त्यांच्यावर मन विश्वास ठेवतं. अशा गोष्टी आपल्याला खऱ्याच वाटतात. कारण आजूबाजूची सगळी मंडळी त्यावर विश्वास ठेवतात. सगळ्यांनाच खात्रीशीर वाटणारी बाब आपल्यालाही तितकीच खरी वाटल्याने पुढची पिढीही आपल्या अशा वागण्याचं आपोआपच अंधानुकरण करते. अशाप्रकारे अंधश्रद्धांचं जाळं फोफावतं, वाढतं आणि आपल्या मनाची सकारात्मक ऊर्जा खालावू लागते. हे जाळं डोक्यावर ओढून घेतल्याने लोक खरं 'जीवनदर्शन' करू शकत नाहीत.

'मांजर आडवं जाणं किंवा तेरा अंक दिसणं म्हणजे अशुभ' असं कोणी सांगितलं तर आपणही ती गोष्ट मान्य करता. शिवाय त्या विचारावर शिक्कामोर्तबही करता. तसं पाहिलं तर वरील धारणांची ठोस कारणं नाहीत. मात्र, धारणा व चुकीच्या समजुती तयार होण्यामागे काही विशिष्ट कारणं मात्र नक्कीच आहेत. त्या सर्व संभाव्य कारणांचा ऊहापोह या पुस्तकात केला आहे.

मुलं लहानपणी वेगवेगळे खेळ खेळतात, त्यातलाच हा एक खेळ. एक मुलगा दुसऱ्याला म्हणतो, 'तुझ्या कपाळावर मी एक नाणं चिकटवणार आणि तू ते हात न लावता खाली पाडायचं.' एक मुलगा चार आण्याचं नाणं दुसऱ्या मुलाच्या कपाळावर हातांनी जोर देऊन, दाबून चिकटवतो. त्यानंतर नाणं चिकटवणारा मुलगा हात बाजूला घेतो. परंतु असं करत असताना तो चार आण्याचं नाणंही काढून घेतो आणि हीच असते त्याची खोडी! आता ज्याच्या कपाळावर नाणं चिकटवण्याचा प्रयोग केलाय तो मुलगा मान हलवत, मानेला वेडेवाकडे झटके देत ते नाणं खाली पाडण्याचा खूप प्रयत्न करतो. पण नाणंच नसेल तर पडणार कोठून? नाणं का पडत नाही, याचा विचार करत तो आणखी प्रयत्न करतो. पण तरीही त्याला जमिनीवर नाणं पडल्याचं आढळत नाही! आता मात्र तो प्रचंड वैतागतो... कपाळावर नाणं चिकटवलेलं नसताना ते पाडण्यासाठी चाललेला त्याचा आटापिटा पाहून इतर मुलांची हसून हसून पुरेवाट होते.

खेळाच्या या उदाहरणातून तुम्हाला एक गोष्ट समजून घ्यायचीय. त्या मुलाची समजूत होती, की माझ्या कपाळावर नाणं चिकटवलंय. पण प्रत्यक्षात तसं होतं का? नाही... तर हीच आहे चुकीची धारणा! वास्तवात नसूनही, आहे असं वाटणारा भ्रम!

सौंदर्याबाबतच्या समजुती

आपण जेव्हा आफ्रिकन लोकांना पाहतो, तेव्हा त्यांचा काळा रंग, कुरळे केस पाहून आपल्याला ते विचित्र किंवा कुरूप वाटू शकतात. पण त्यांच्या दृष्टीने सौंदर्याचं मोजमाप तो काळा रंगच असतो. 'जितका जास्त काळा रंग, तितकं सौंदर्य अधिक.' तसेच जास्तीत जास्त कुरळ्या केसांच्या माणसाला ते रूपवान समजतात. तुमच्याकडे ते कशा प्रकारे पाहत असतील, याचा तुम्ही कधी विचार केलाय? आपला रंग, आपला चेहरा त्यांना कसा वाटत असेल? लहानपणी जशी जडणघडण होते त्यानुसार प्रत्येकाची धारणा तयार होते. मग त्याच्या या धारणाच विश्वासाचं रूप धारण करतात. मग विश्वास वास्तवात बदलतो आणि आपण जसा विश्वास ठेवतो, तसे पुरावे आपल्याला मिळत जातात.

विश्वात सर्वत्र वेगवेगळ्या प्रकारच्या धारणा पाहायला मिळतात. जसं, चिनी माणसांचे डोळे खूपच छोटे आणि मिचमिचे असतात, जे आपल्याला विचित्र वाटतात. त्यांच्यासाठी छोटे आणि मिचमिचे डोळे म्हणजेच सौंदर्य! ते अन्य देशातील लोकांचे डोळे पाहून, त्यांच्या डोळ्यांमध्ये काही दोष आहे का, असा विचार नक्कीच करू शकतात! याचाच अर्थ; सौंदर्य दृश्यामध्ये नसून पाहणाऱ्याच्या दृष्टिकोनात आहे. स्थळ, काळ आणि देश यांनुसार सौंदर्याच्या व्याख्याही बदलतात.

गणेशोत्सवात विविध स्टॉल्स, दुकानांतून गणपतीच्या मूर्तींची खरेदी होते. पण मूर्ती खरेदी करताना तुम्ही सगळ्याच मूर्तींच्या पाया पडत नाही. त्या अनेक मूर्तींपैकी जी तुम्ही खरेदी करता, ती मूर्ती तुमचा इष्टदेव बनते. तिच्यासमोर तुम्ही नतमस्तक होता. मोठ्या आनंदानं, वाजतगाजत मूर्ती तुमच्या घरी आणता. त्यानंतर दहा दिवस तिची पूजा करता. यावेळी तुमची आंतरिक श्रद्धा जागृत होते. अनेक मूर्तींमधून आपण निवडलेली मूर्ती आवडू लागते आणि 'हीच मूर्ती माझा देव' अशी धारणा बनते. माझी मूर्ती, माझी निवड, माझी समस्या, माझा देव... थोडक्यात आपण प्रत्येक पैलूसोबत

'मी, माझं, मला' असे शब्द जोडतो. मग या आसक्तीसोबत आपल्या जीवनात मोहमायेचा प्रवेश होतो. आपल्याला दगडमातीच्या मूर्तीमधला देव दिसतो पण जो प्रत्येक जीवमात्रात, कणाकणात सामावलाय तो ईश्वर आपण का बरं पाहू शकत नाही? 'मूर्ती म्हणजेच ईश्वर' या मनोधारणेमुळे आपण ईश्वराला मंदिर आणि गाभाऱ्यापर्यंतच सीमित ठेवलंय. मंदिराबाहेरील सर्वव्यापी ईश्वर आपल्याला दिसतच नाही. याचं कारण म्हणजे, ईश्वराविषयी आपल्या मनात असणाऱ्या संकुचित, चुकीच्या मनोधारणा.

मूर्तीवर कोणी शेण फेकलं तर लोक लगेच मारामारीसाठी सज्ज होतात. पण हे भांडणतंटे, हिंसाचार म्हणजे आपल्या कर्मकांडांचा आणि अंधश्रद्धेचा तर परिणाम नाही ना? आपले पंडित, पुरोहित, मौलवी हे प्रार्थना-पूजांकरिता वेगवेगळ्या समजुती पसरवून माणसामाणसात फूट पाडत आहेत. मौलवी म्हणतात, 'दगडाच्या मूर्तींची पूजा करणारे अधर्मी (नास्तिक) आहेत.' तर हिंदू पंडित सांगतात, 'मूर्तिपूजा करा.' वास्तविक दोघांचंही ज्ञान अर्धवटच आहे. या अपूर्ण ज्ञानामुळेच आपण साक्षात ईश्वराने घडवलेल्या मूर्तींची अवहेलना करतो. मनुष्यप्राण्याला मारहाण करायला मागेपुढे पाहत नाही. खरंतर मनुष्य ही ईश्वराने बनवलेली मूर्तीच नव्हे का?

आपल्या देशातील आणि विदेशांमधील समजुती वेगवेगळ्या आहेत. परदेशातील लोकांना आपल्या देवांचे फोटो पाहून आश्चर्य वाटतं. ईश्वर हा हत्तीचा चेहरा धारण करणारा, माकडाच्या रूपातला असू शकतो, या गोष्टी जशा त्यांच्या कल्पनेपलीकडच्या आहेत, तसंच, त्यांच्या देवाच्या तसबिरी पाहून कदाचित आपल्यालाही विचित्र वाटेल. याचाच अर्थ, ईश्वर मूर्तींच्या मुखवट्यामध्ये नसून मूर्तीचं सौंदर्य न्याहाळणाऱ्याच्या दृष्टीत आहे.

सूचना : प्रस्तुत पुस्तकात ज्यांमागे शास्त्रीय आधार वा तर्क आहे, अशाच धारणांचा समावेश केला आहे. ज्या धारणा केवळ लालसेपोटी, भयापोटी अथवा काही लोकांच्या व्यवसायासाठी निर्माण झाल्या आहेत, त्यांचा उल्लेख येथे केलेला नाही.

मनुष्य नेहमी मूर्तींमध्ये, कर्मकांडांमध्ये गुंतून स्वतःच्या चुकीच्या धारणेत अडकतो. वास्तविक, प्रत्येक मूर्ती म्हणजे अंतिम सत्याकडे केलेला इशारा असून तिच्यात प्रतीकात्मक रीत्या सत्यच दर्शविण्यात आलं आहे. येथे, आपण भगवान शंकरांच्या मूर्तीमध्ये दडलेली प्रतीकं समजून घेणार आहोत.

शंकराचा तिसरा नेत्र, मस्तकावर चंद्र, वाहणारी गंगा, नीळकंठ हे सर्व संकेत आहेत. यांच्या माध्यमातून मनुष्याची आंतरिक अवस्था दर्शवण्याचा प्रयत्न केला आहे. ज्ञानाची गंगा, अंतरंगात कोणतं ज्ञान आहे, हे दर्शवते. जीवनातील प्रत्येक घटनेकडे तिसऱ्या नेत्राने कसं बघावं, ईश्वर सगळ्यांकडे एकाच दृष्टीने कसा पाहतो, हे जाणिवेचा तिसरा नेत्र सांगतो. हा ईश्वरीय गुण आहे. तुम्हीही एखाद्याकडे पाहताना स्वतःला विचारा, 'मी कुठून पाहत आहे?' तुम्ही तिसऱ्या नेत्राने पाहिलं तर दुःख विलीन होईल आणि मोहाने बरबटलेल्या नेत्राने पाहिलं तर दुःखाची निर्मिती होईल.

भाग १

धारणा म्हणजे अंधकार
'समज' म्हणजे प्रकाश

खेळ आहे
गैरसमजुतींचा,
जिकडे पाहाल
तिकडे
जाणून घेता
'स्व'ला,
ज्ञानाचा प्रकाश
पडे.

रांगेत उभं राहून माणसं खरेदी करतात दु:ख, शोधतात आनंद कर्मकांडांत अन् हरवून बसतात परमसुख, नाही गरज तुम्हाला अन्यत्र कुठेच भटकण्याची, जाणून 'स्व'ला करा होळी पूर्वग्रहांची!

आरसा किंवा काच फुटणं अशुभ असतं का? हो... जर तो आरसा किंवा काच तुमच्या डोक्यावर फुटली तर! मांजर आपल्याला आडवं गेलं तर अशुभ घडतं का? नक्कीच... तुम्ही जर उंदीर असाल तर!

तळहाताला खाज सुटल्यावर जर पैसा मिळाला असता, तर मनुष्य हातावर खाजेची पावडरच लावत बसला असता ना! अशा सहज,

सोप्या पद्धतींचा उपयोग भ्रमिष्ट माणूसच करू शकतो. 'खिशामध्ये मंत्राचा कागद ठेवल्याने, मनगटाला तावीज बांधल्याने, घराची दारं-खिडक्या विशिष्ट दिशांनाच उघडल्याने किंवा बोटांमध्ये वेगवेगळ्या ग्रहांच्या अंगठ्या घातल्याने माझं कल्याण होईल,' अशाप्रकारे विचार करून बुडणारा माणूस जणू काडीचाच आधार शोधत असतो. यामुळेच या गैरसमजुतींना पुष्टी मिळते, बळ मिळतं.

या अंधश्रद्धांचा प्रभाव कमी व्हावा यासाठी प्रस्तुत पुस्तकाचं वाचन पुरेसं आहे. एक मित्र दुसऱ्याला सांगतो, 'पुस्तक वाचून कोणतंही ज्ञान मिळत नाही.' त्यावर दुसरा मित्र विचारतो, 'हो का? पण तुला हे कसं ठाऊक?' तेव्हा पहिला मित्र उत्तरतो, 'एका पुस्तकात वाचून...' कोणत्याही विषयाचं सखोल ज्ञान पुस्तकातून मिळत नसेल तरीही योग्य मार्गदर्शन करणारा गुरू जोपर्यंत भेटत नाही, त्यांच्याप्रति श्रद्धा जागृत होत नाही, तोपर्यंत आपल्याला पुस्तकातून मार्गदर्शन मिळवता येतं. असं असेल तरीही, पुस्तकांची निवड ही विचारपूर्वकच करायला हवी हेही एक निर्विवाद सत्यच! आपल्या हातात आता चोखंदळपणे निवड केलेलंच पुस्तक आहे. हे असं पुस्तक आहे, ज्याचं वाचन करून तुम्ही सर्व चुकीच्या समजुतींविषयी जागरूक होऊन मुक्तिपथावरची तुमची वाटचाल अखंड चालू राहील.

चुकीच्या धारणा किंवा अंधश्रद्धा या अंधारात लपून बसणाऱ्या चोरासारख्या आहेत. सगळे झोपले की चोरी करायची, असा चोराचा विचार असतो. तेवढ्यात घरातील एखाद्या सावध मनुष्याने त्याच्यावर टॉर्चचा प्रकाश टाकला तर तो पळून जातो. अशाप्रकारे चुकीच्या धारणाही वास्तवाच्या प्रकाशात आणून योग्य जाणिवेतून पाहिल्या की त्या पळून जातात. धारणा नष्ट करण्यासाठी मंत्रतंत्र, तप या कशाचीही आवश्यकता नसते. त्यासाठी 'सत्य-समज'च पुरेशी असते. आपण कोणकोणत्या धारणा बाळगून आहोत, हे स्वतःलाच विचारा. वाचकांच्या सोयीसाठी सर्व प्रकारच्या धारणांचा, चुकीच्या समजुतींचा समावेश प्रस्तुत पुस्तकात करण्यात आलाय. शिवाय, त्यामागची कारणमीमांसाही करण्यात आली आहे. हे सर्व काळजीपूर्वक वाचल्याने धारणांच्या निर्मितीमागचं रहस्य तुमच्या लक्षात येईल. धारणेकडे योग्य दृष्टिकोनातून पाहण्याची कला उमगताच तुम्ही जगातील प्रत्येक धारणेमागचं कारण शोधू शकाल.

सगळ्याच धारणा चुकीच्या आहेत का

विजेचा शोध लागण्याआधी काही समजुतींची निर्मिती झाली. त्याकाळी, संध्याकाळी केर काढू नये किंवा संध्याकाळी घराबाहेर कचरा टाकू नये यांसारख्या धारणा रूढ झाल्या. पण या सर्व धारणा काही विशिष्ट गोष्टी लक्षात घेऊन बनवल्या गेल्या. विजेचा शोध लागल्याने आता रात्री १२ वाजता देखील दिवसासारखाच लख्ख प्रकाश असतो. तेव्हा वरील समजूत आजही सुरू ठेवण्याचं काहीही कारण नाही. हो! पण आजच्या काळातही आचरणात आणण्यायोग्य असे काही नियम असू शकतात. पण त्यांचं पालन जागरूक राहून आणि समजेसह घडायला हवं, अंधश्रद्धा किंवा भीतीपोटी नव्हे!

धारणा का आणि कोणी निर्माण केल्या

आपले पूर्वज बुद्धिजीवी होते. त्यांनी स्थळ, काळ, वेळ, वातावरण (उष्ण-शीत), परिस्थिती, आवश्यकता या सर्व गोष्टी लक्षात घेऊनच काही नियम बनवले. जसं, थंड प्रदेशातील माणसं हस्तांदोलन करतात. जेणेकरून एकमेकांच्या शरीरातील उष्णतेची देवाण-घेवाण होते. पण उष्ण देशांमध्ये हात जोडून नमस्कार केला जातो. कारण तेथे लोकांचे तळहात घामाने ओले असल्याने हस्तांदोलन करणं योग्य ठरत नाही. तरीही लोक कारण नसताना, एकमेकांची नक्कल करत राहतात. लोकांकडून काही क्रिया करवून घेण्यासाठी किंवा सावधगिरी बाळगण्यासाठी शुभ-अशुभ तसंच ईश्वराचं भय किंवा कोणाच्या तरी मृत्यूची भीती घातली गेली. हे करण्यामागचा उद्देश हा होता, की धारणांद्वारे जे अलिखित नियम घालून दिले आहेत, ते लोकांनी योग्य प्रकारे आचरणात आणावेत. ते बदलण्याचा प्रयत्न करू नये किंवा 'सावधगिरी बाळगण्याची गरज मला नसून इतरांना आहे' असंही म्हणू नये.

जसं, गर्भवती स्त्रियांसंबंधीच्या धारणा या त्यांची सुरक्षा आणि विश्रांतीची गरज लक्षात घेऊन बनवल्या आहेत. मुलांबाबत असणाऱ्या धारणांमधून त्यांचा विकास आणि सुरक्षा विचारात घेतली आहे. शरीराबाबतच्या धारणा शारीरिक स्वास्थ्य लक्षात घेऊन बनवल्या आहेत. मृत्यू/स्वप्नं/स्मशान यांबाबतच्या धारणा भयमुक्त होण्यासाठी व सुरक्षेच्या दृष्टीने योग्य आहेत. कित्येक धारणा या तत्कालीन परिस्थिती, ऋतू, समाजानुसार

बनवल्या गेल्या. ज्यांची आता काहीही आवश्यकता नाही. कारण आता परिस्थिती बदलली आहे. आज लोक जंगलात किंवा कच्च्या घरांमध्ये राहत नाहीत. आताची घरं पक्की असतात. बिल्डिंग्ज आहेत, वीज आहे, आधुनिक उपकरणं आहेत. डास, झुरळं, पालींच्या नायनाटासाठी आधुनिक उपाय आहेत.

आठ धारणा

धारणांची विभागणी आठ भागांमध्ये करता येईल. हे अष्ट भाग आहेत : स्वर्ग-नरकाची धारणा, कर्म-भाग्याची धारणा, ईश्वर-दानवाची धारणा, बाह्य-आंतरिक धारणा. स्वर्गाच्या कल्पनेत मनुष्याचा लोभ दडलाय तर नरकाच्या कल्पनेत त्याची भीती लपलेली आहे. कर्म भाग्यामध्ये आळसाचा अवगुण (तमोगुण) समाविष्ट आहे. ईश्वराच्या कल्पनेत सुख-सुविधांची इच्छा आणि दानवाच्या कल्पनेत आपल्या चुकांपासून विन्मुख होण्याची प्रवृत्ती दडलेली आहे. बाह्य धारणांमध्ये सुरक्षिततेची भावना, तर आंतरिक धारणांमध्ये ज्ञान आणि जागृती यांचा अभाव आहे.

धारणा हा मनुष्यरूपी कॉम्प्युटरमधील व्हायरस आहे. धारणा म्हणजे अंधकार तर त्यामागची समज म्हणजे प्रकाश! दोन्ही एकाच वेळी एकाच ठिकाणी राहू शकत नाहीत. ज्या दिवशी शेवटची धारणा नष्ट पावेल, तो दिवस तुमचा खरा जन्मदिवस असेल. धारणांची दुर्गंधयुक्त हवा दूषित आहे, तर धारणारहित हवा आत्मिक आहे. धारणांचा निवास असणारी शरीरं ही भग्नावशेष आहेत. धारणांचा लवलेशही जिथे शिल्लक राहात नाहीत, ती शरीरं नसून साक्षात मंदिरं आहेत...

एक माणूस दररोज गणपतीची पूजा केल्यानंतरच जेवायचा. एकदा तो आपल्या गावी गेला. गावात पोहोचल्यानंतर त्याच्या लक्षात आलं, तो पूजेचा गणपती घरीच विसरलाय. शिवाय तो ज्या गावात गेला होता, तिथे गणपतीचं एकही मंदिर नव्हतं. आता त्याची मन:स्थिती द्विधा झाली. त्या माणसाकडे खाण्यासाठी फक्त गुळच होता. त्याने त्या गुळाचीच गणेशमूर्ती बनवली.

आता त्याच्याकडे पूजेसाठी गणपतीची मूर्ती तर होती पण नैवेद्यासाठी काहीच नव्हतं. थोडा विचार करून त्याने त्या गुळाच्या मूर्तीमधलाच थोडासा तुकडा काढून देवाला नैवेद्य दाखवला. पण हा नैवेद्य अर्पण करताना त्या माणसाची समज अशी होती, की 'ईश्वराचंच ईश्वराला अर्पण करतोय आणि अर्पण करणारादेखील तोच आहे.' अज्ञानाच्या अंधकाराने मनुष्य ईश्वर, गूळ आणि स्वत:ला वेगवेगळं समजतो. अशाप्रकारे जीवन जेव्हा खंडित होतं तेव्हा सत्य लोप पावतं.

भाग २

धारणा कशा निर्माण झाल्या
विवेकाची कास धरा

अज्ञानाच्या अंधकारात दोरी वाटते साप अंधश्रद्धा बाळगल्यास पुण्यही वाटते पाप अज्ञानरूपी अंधार दूर करा समजेने पूर्वग्रहांतून व्हा मुक्त, शुद्ध प्रार्थनेने.

१.   केरसुणी उलटी ठेवू नये

१) केर काढल्यानंतर केरसुणी उलटी ठेवली तर मातीचे कण झाडूमध्येच राहतात. शिवाय पुन्हा केर काढताना सगळीकडे माती पसरून धूळ उडण्याचीही शक्यता असते.

२) केरसुणीची मूठ जर खाली ठेवली तर ती ओली होण्याची किंवा तिला माती लागण्याची अधिक शक्यता असते. दुसऱ्यांदा केरसुणी हातात घेताना, ती माती किंवा पाणी हाताला लागू शकतं.

३) काही झाडू काड्यांचे असल्याने ते उलटे ठेवल्यामुळे टोचूही शकतात.

२. **बाहेर जाणाऱ्या माणसाला मागून हाक मारू नये किंवा 'कुठे चाललास?' असं विचारू नये.**

लोक जेव्हा मोठमोठ्या बिल्डिंगमध्ये स्वतंत्रपणे राहत नव्हते, एकत्र राहत होते, तेव्हा या नियमाचा उगम झाला. या नियमामुळे दोन लाभ व्हायचे :

१) एखादं काम इतरांना सांगण्यासारखं नसायचं. तेव्हा कामासाठी जाणाऱ्या व्यक्तीला, 'कुठं चाललास?' असं विचारून टोकलं, तर नाइलाजानं त्याला खोटं बोलावं लागायचं. शिवाय, खरं कारण सांगितल्यामुळे ती गोष्ट सर्वांना समजण्याची भीती असायची. त्यामुळे हा नियम बनला आणि नंतर त्याची गैरसमजूत बनली.

२) घरातून निघणाऱ्या माणसाला, 'कुठे चाललास?' असं विचारून टोकलं तर एखादा दुष्ट प्रवृत्तीचा शेजारी ऐकण्याची शक्यता असते. ज्यामुळे त्या माणसाला तो हानी (जीवित किंवा वित्त हानी) पोहोचवू शकेल. म्हणून सुरक्षिततेसाठी असा नियम बनवला गेला.

३. **अन्न ग्रहण करताना ताटाभोवती पाणी फिरवायला पाहिजे आणि पोळीचा तुकडादेखील ठेवायला हवा.**

पूर्वीच्या काळी जेव्हा घरं माती आणि शेणानं सारवली जायची, तेव्हा ही पद्धत बनली. तेव्हा वीज नव्हती आणि फरशी नसलेल्या, सारवलेल्या जमिनीवर बसून सगळे जेवायचे. या पद्धतीचे कितीतरी फायदे होते.

१) ताटाभोवतालची फरशी ओलसर असल्यामुळे जीवजंतू ताटामध्ये शिरण्याची शक्यता नसायची.

२) अन्न ग्रहण करणाऱ्या माणसाच्या हाताला लागलेली धूळ निघून जाऊन हात स्वच्छ होत.

३) ताटाबाहेर पोळीचा तुकडा ठेवल्यामुळे कीटक वगैरे ताटामध्ये न येता त्या तुकड्यापर्यंतच मर्यादित राहत.

४. घरामध्ये नखं कापू नयेत अन्यथा घरात चोरी होईल, तुम्हाला दारिद्र्य येईल, इत्यादी...

ही समजूत बनवण्यात आली कारण

१) नख ही अशी गोष्ट आहे जी चुकून जर धान्यामध्ये मिसळली गेली, खाण्यामध्ये आली तर पचत नाही.

२) नखाच्या तीक्ष्ण टोकांमुळे शरीराला जखम होऊ शकते.

३) नखांमध्ये माती आणि जंतू असण्याची शक्यता असते, परिणामी आजार पसरू शकतात.

५. बाळांना ओलांडून जाऊ नये.

या नियमामागची कारणं...

१) लहान बाळं नाजूक असतात. त्यांना स्वतःचं दुखणंखुपणं सांगता येत नाही. ब्लँकेटमध्ये किंवा दुपट्यात गुंडाळलेल्या बाळाच्या हातापायावर चुकून कोणाचा पाय पडला तर बाळाच्या जीवावर बेतू शकतं. शिवाय त्याला ओलांडताना, पायाच्या धुळीनेही बाळाला हानी पोहोचू शकते.

२) मुलांना ओलांडताना हातात एखादी वस्तू असेल तर ती निसटून बाळाच्या अंगावर पडण्याची शक्यता असते.

६. दुकानात पुस्तक वाचू नये किंवा हात बांधून बसू नये.

एखादा माणूस दुकानामध्ये पुस्तक वाचत असेल तर–

१) त्याचं लक्ष ग्राहकांकडे कमी आणि पुस्तकात जास्त असेल.

२) हिशेबात चुका होण्याची शक्यता वाढते.

३) दुकानातून चोरी होण्याचाही धोका असतो.

४) हात बांधून बसणारा माणूस नकळतपणे ग्राहकांना दूर लोटण्याचं कार्य करतो, हात मोकळे ठेवणारा माणूस ग्राहकांच्या सेवेसाठी सदैव तत्पर असल्याचे दर्शवतो.

७. दुकानात केसांवरून कंगवा फिरवू नये.

१) केसांवरून कंगवा फिरवल्यामुळे केस गळण्याची शक्यता असते. हे केस

खाद्यपदार्थांतही पडू शकतात किंवा अन्यत्र पडून अस्वच्छतेची जाणीव करून देतात.

२) दुकानात बसणाऱ्या माणसाचे हात स्वच्छ असायला हवेत. कंगव्यामुळे त्याच्या हातांना धुळीचे कण लागतात.

८. **रात्री केर काढू नये किंवा कचरा बाहेर फेकू नये.**

१) संध्याकाळ किंवा रात्र यासंबंधीचे अधिकाधिक नियम वीज नव्हती त्यावेळी बनवले गेले. प्रकाशासाठी तेला-तुपाचे दिवे जाळले जायचे, ज्याचा प्रकाश खूपच मंद असायचा. हा नियमदेखील त्या काळातच बनवला गेला. रात्री, धुळीचे कण कुठे उडत आहेत हे कळणार नाही. दिवसाच्या प्रकाशात ते काम योग्य प्रकारे होऊ शकतं.

२) कचरा जर बाहेर कुठेतरी टाकला जात असेल तर त्या ठिकाणी नेमकी कोणती गोष्ट पडलीय हे दिसत नाही. कदाचित बाहेर एखादा प्राणी झोपलेला असेल, एखादा भिक्षुक, साधू बसलेला असेल तर त्यांना इजा होण्याची शक्यता असते.

३) संध्याकाळ नंतर कचरा टाकल्यामुळे त्या कचऱ्याबरोबर काही किमती चीजवस्तूही घराबाहेर टाकल्या जाण्याची भीती असते. दुपारच्या वेळी हा धोका नसतो.

९. **लहान मुलांना आरसा दाखवू नये.**

छोटं बाळ आपल्या शरीराविषयी अनभिज्ञ असतं. त्याला अजून आपल्या चेहऱ्याची ओळख नसते. ते इतरांचे चेहरे ओळखतं. पण त्याला स्वतःच्या चेहऱ्याची अजिबातच ओळख नसते. आपला चेहरा जेव्हा ते आरशात पाहतं, तेव्हा ते घाबरण्याची शक्यता असते. कारण

१) अचानक अनोळखी चेहरा दिसल्याने ते घाबरते.

२) तो चेहरा त्याच्या खूप जवळ असल्याने ते घाबरतं.

३) आरशासारख्या गोष्टींची त्याला भीती वाटू लागते.

१०. **बाळाचा रिकामा पाळणा हलवू नये.**

रिकामा पाळणा जास्त जोरात हलतो. शिवाय इतर मुलंही पाळण्याचा एखाद्या खेळण्याप्रमाणे वापर करतात. यामुळे पाळण्याच्या दोऱ्या कमकुवत होण्याची शक्यता असते, जे पुढे जाऊन बाळासाठी हानिकारक ठरतं. हे सर्व टाळण्यासाठी, बाळ जेव्हा पाळण्यात असेल तेव्हाच त्याला झोका द्यावा असा नियम बनवला गेला.

११. **गर्भवती स्त्रीने सूर्यग्रहणाच्या वेळी चाकू-सुरीचा वापर करू नये किंवा वस्तू कापू नयेत.**

हा नियम गर्भाच्या संरक्षणासाठी बनवला गेला. सूर्यग्रहणाच्या वेळी सूर्याच्या चुंबकीय तरंगांमुळे लोहमिश्रित, तांब्याच्या वस्तू प्रभावित होतात. वैज्ञानिकांच्या मते, या चुंबकीय लहरी शरीरासाठी - विशेषतः नाजूक बाळांसाठी हानिकारक असतात. या चुंबकीय लहरींचा प्रभाव पडू नये म्हणून गर्भवती स्त्रीने लोखंडासारख्या वस्तूंपासून या काळात दूर राहणं गरजेचं आहे. ही गोष्ट लक्षात घेऊन आपल्या पूर्वजांनी अशा प्रकारचा नियम बनवला.

१२. **चांदण्यात दूध पिऊ नये (उघड्यावर दूध पिऊ नये).**

विजेचा शोध लागला नव्हता तेव्हा ही धारणा बनवली. अंधारात एखादी गोष्ट खाल्ली किंवा प्यायली आणि त्यात जर काडीकचरा, किडा वगैरे पडला तर दिसत नाही. त्यामुळे हे आरोग्यासाठी अहितकारक ठरतं. रात्री झोपण्यापूर्वी काही लोक शक्यतो दूध पितात. त्यामुळेच ही धारणा दुधासमवेत जोडली गेली.

१३. **मुलींना स्मशानात पाठवू नये.**

मुली, स्त्रिया स्वभावाने साधारणतः हळव्या असतात. एखादी दुर्घटना, रक्त, प्रेत, दुःख बघितलं तर त्या घाबरतात. यासंबंधीची दृश्यं त्यांच्या मनःपटलावर कायमस्वरूपी कोरली जातात. स्मशानात जेव्हा शव जाळलं जातं, तेव्हा कित्येकदा आगीच्या उष्णतेमुळे शवाची हाडं वेडीवाकडी होतात. त्यामुळे त्याची हालचाल झाल्याचाही भास होतो. कित्येकदा शव उठूनही बसलं असं वाटतं. अशी दृश्यं पाहिल्याने मुली घाबरतात म्हणून हा नियम बनवला गेला.

१४. जीभ दातांमुळे चावली गेली तर भांडणं होतात.

दातांचा आणि जिभेचा ताळमेळ इतका छान आहे, की ते परस्परांच्या कधीही आड येत नाहीत. चिंताग्रस्त असताना दातांखाली जीभ येण्याची शक्यता असते. कारण अशी मनःस्थिती अधीरता, चिडचिडेपणा निर्माण करते. त्यामुळे भांडणं होणंही स्वाभाविकच आहे. म्हणून या धारणेतून सांगितलं गेलं, की अशी मनःस्थिती जेव्हा असेल, तेव्हा माणसाने थोडा वेळ इतरांपासून दूर राहावं, विश्रांती घ्यावी तसंच कोणतंही नवीन काम हातात घेऊ नये.

१५. हाताची बोटं मोडू नयेत.

हा नियम बनण्याची दोन कारणं आहेत :

१) अशा प्रकारे बोटं मोडल्याने कंटाळवाणं तर वाटतंच. शिवाय बोटं दुखल्यासारखंही वाटतं. ज्याप्रमाणे एकाने जांभई दिली की दुसऱ्यालाही येते. तसंच बोटं मोडल्याने वातावरणही आळसावल्यासारखं बनतं.

२) अशा प्रकारची सवय जडली तर बोटांचे स्नायू कमजोर होण्याची शक्यता असते आणि वृद्धत्वात हस्तकंपनाचा त्रास होऊ शकतो.

१६. एखाद्या घरात वडिलांचा किंवा वडीलधाऱ्यांचा मृत्यू झाला तर मुलाने मुंडण करायला हवं.

१) या समजुती मागचं पहिलं कारण म्हणजे, केशविहित डोक्यामुळे इतरांना त्या माणसाच्या घरात मृत्यू झालेला आहे, असा संकेत दिला जातो. त्यामुळे त्याच्या संपर्कात येणाऱ्या प्रत्येकाने त्याच्याशी परिस्थितीचं भान ठेवूनच वागावं-बोलावं, हे समजतं.

२) चकोट करण्यात आलेल्या मुलाला स्वतःच्या वाढलेल्या जबाबदारीची जाणीव व्हावी.

१७. संध्याकाळ झाल्यानंतर झाडांखाली जाऊ नये किंवा झाडांखाली झोपू नये.

संध्याकाळनंतर सूर्यप्रकाशाच्या अभावामुळे झाडांमध्ये फरक पडतो. कारण झाडं सकाळी ऑक्सिजन सोडतात आणि रात्री कार्बन डायऑक्साइड. तो

आरोग्यासाठी हानिकारक असल्याने ही प्रथा बनली.

१८. घरातून बाहेर पडताना दही खाल्लं तर ते शुभ असतं.

उष्ण तापमान जास्त असणाऱ्या देशांमध्ये ही धारणा बनली. मनुष्य घराबाहेर पडतो तेव्हा त्याच्या शरीराचं आणि बाहेरचं तापमान यांमध्ये खूप फरक असतो. ही तफावत शरीरासाठी अपायकारक ठरते. दही खाऊन किंवा पाणी पिऊन घराबाहेर गेलं तर उष्णतेपासून बचाव होऊ शकतो. परंतु हे खरं कारण जर कोणाला सांगितलं तर त्याची प्रतिक्रिया असेल, 'हे असं इतरांच्या बाबतीत घडत असेल... मला काही होणार नाही.' तेव्हा ही गोष्ट सर्वांनीच अंगीकारावी यासाठी, 'दही खाऊनच घराबाहेर पडावं अन्यथा काही अशुभ होईल' ही धारणा बनवली. जेणेकरून लोक आरोग्याच्या या नियमाचं पालन करतील किंवा त्यासंबंधी घरातील इतर सदस्य त्याला आठवण करून देतील.

१९. काळे कपडे घालणं अपशकून आहे.

वेगवेगळ्या रंगांचे कपडे, वेगवेगळ्या प्रकारे प्रकाशकिरणं शोषतात. पांढरा रंग प्रकाशकिरणे परावर्तित करतो. त्यामुळे पाहणाऱ्याच्या डोळ्यांना तो रंग थंडावा देतो. आध्यात्मिक समजेनुसार पांढरा रंग सांगतो, 'तुमच्याकडे येईल ते वाटा. तुम्ही जे द्याल त्या गोष्टींची तुमच्या जीवनात वाढ होईल' अशी प्रेरणा पांढरा रंग देतो. शुभ्र रंग मनाच्या शुद्धतेचं प्रतीक आहे. या गोष्टी लक्षात घेऊन अशा प्रकारच्या धारणा बनवल्या.

दुसरीकडे काळा रंग अंधकाराचं प्रतीक मानला गेलाय (ही पण धारणा आहे). काळा रंग सर्व प्रकारचे प्रकाशकिरण शोषून घेतो. काळ्या रंगाच्या कपड्यांचा उष्ण आणि थंड प्रदेशात शरीरावर वेगवेगळा प्रभाव पडत असल्याने या पृथ्वीवर दोन्ही प्रकारचे लोक आहेत जे काळा रंग शुभ किंवा अशुभ मानतात. काळं जर खरोखरच अशुभ असेल तर सगळ्यांसाठीच तसं असायला हवं. तेव्हा जाणीवपूर्वक या धारणेचा उपयोग करा. काळ्या रंगाचे कपडे घालायचे नसतील तर घालू नका. परंतु अंधश्रद्धा किंवा भीतीपोटी या गोष्टी कदापि करू नका. जे काम कराल ते जाणीवपूर्वक करा.

२०. जांभई येताच तोंडावर हात ठेवावा किंवा चुटकी वाजवावी.

हा नियम बनण्यामागे दोन मुख्य कारणं आहेत :

१) जांभई देताना आपल्या तोंडात कीटक, डास जाण्याची शक्यता असते. चुटकी वाजवून किंवा तोंडावर हात ठेवून त्यांना अडवता येतं.

२) जांभई संसर्गजन्य रोगासारखी आहे. एकाला पाहून दुसऱ्यालाही आळसाची जाणीव होऊ लागते. तोंडावर हात ठेवून तिला काही मर्यादेपर्यंत अडवता येतं.

२१. रिकामी कात्री वाजवत राहिल्याने भांडणं होतात.

१) कात्री, सुरी, चावीचा छल्ला यांसारख्या टोकदार वस्तू कारणाशिवाय हाताळत राहिल्यास स्वतःला किंवा इतरांनाही नकळत इजा होऊ शकते. हे टाळण्यासाठी चावीच्या जुडगा फिरवत राहिल्याने किंवा रिकामी कात्री चालवण्याने भांडणं होतात, अशी प्रथा बनली.

२) अशा प्रकारे वस्तू हाताळल्याने, त्यांचा उपयोग कमी आणि खेळणं म्हणूनच जास्त वापर होतो. मुलं जेव्हा या गोष्टींशी खेळतात, तेव्हा त्यातून त्यांना इजा होण्याची शक्यता अधिक असते; विशेषतः डोळ्यांना.

३) कारणाशिवाय कात्रीचा वापर केल्याने तिची धारही कमी होऊ लागते. त्यामुळे कात्रीची उपयुक्तता आणि वापर दोन्हींवर परिणाम होतो.

२२. बाळ एक वर्षाचं होईपर्यंत त्याच्या डोक्याला कंगवा लावू नये.

बाळाची टाळू नाजूक असते आणि कंगव्याचे दात टोकदार असतात. बाळाच्या टाळूला इजा होऊ नये म्हणून ही प्रथा बनली.

२३. बाळाचे जावळ पूर्णपणे काढणं, मुंडण करणं आवश्यक आहे.

ही प्रथा बनण्यामागे दोन कारणं आहेत.

१) जुने केस निघून गेल्यानंतर जे नवीन केस येतात, ते जास्त जाड आणि दाट असतात. अशा प्रकारे बाळाच्या केसांची वाढ योग्य प्रकारे होते.

२) मुंडण केल्यानंतर डोक्यामध्ये रक्तसंचार वेगाने होतो. शिवाय डोक्याच्या त्वचेला चिकटून असणारी घाण किंवा मळदेखील निघून जातो, ज्यामुळे बालकाची बुद्धी तीक्ष्ण होते.

वर सांगितलेल्या गोष्टी ध्यानात ठेवून बाळाचे केस एखाद्या देवीला, देवाला अर्पण करण्याची प्रथा बनली, ज्याला मुंडण म्हणतात.

२४. **मंदिराच्या चौकटीवर उभं राहू नये.**

१) लोकांनी वाकून आतमध्ये प्रवेश करावा यासाठी कित्येक मंदिरांचे दरवाजे कमी उंचीचे असतात. एखादा चौकटीवर उभा राहिला तर त्याचं डोकं दरवाजाच्या वरच्या भागाला आपटू शकतं. म्हणून उंबरा ओलांडून जाण्यास सांगितलं जातं. याच कारणामुळे उंबरठ्यावर उभं राहण्याचीही मनाई केली जाते.

२) काही जण देवळाच्या बाहेरूनच घाईघाईने मूर्तीचं दर्शन घेतात. अशा वेळी मंदिराच्या उंबऱ्यावर कोणी उभं राहिलं तर बाहेरच्या लोकांना गाभाऱ्यातील मूर्तीचं दर्शन घडत नाही.

३) उंबरठ्यावर उभं राहिल्याने ईश्वराच्या मूर्तीशी बरोबरी होते, यालाच अहंकाराचं प्रतीक म्हणतात. यामुळे ही धारणा बनली आहे.

२५. **एखाद्या घरात मृत्यू झाला असेल तर तिथून परत येताना 'मी जातो' असं म्हणू नये.**

१) ज्या घरात मृत्यू झाला आहे तिथून परत निघताना, 'मी जातो' असं म्हटल्याने माणसाचं दुःख आणखीन वाढू शकतं. सगळेजण आपल्याला सोडून चाललेत, ते पुन्हा कधीही येणार नाहीत असं त्याला वाटतं. 'आता तुम्हीपण मला सोडून चाललात का...' असं तो दुःखात बोलू शकतो किंवा त्याचं रडणं वाढू शकतं. म्हणून अशी प्रथा बनली. त्या घरातील लोकांनी जर जायला सांगितलं तरच जायचं किंवा निमूटपणे निघून यायचं.

२) साधारणतः 'मी जातो' असं न म्हणता 'मी पुन्हा येण्यासाठी जातो' म्हणायला हवं. किंवा निघताना, 'बरं येतो...' असं म्हणावं. याचा अर्थ, मी कायमस्वरूपी चाललेलो नाही.

२६. **स्मशानातून परत येणाऱ्यांवर गंगाजल शिंपडायला हवं.**

१) स्मशानभूमीसारख्या ठिकाणी अस्वच्छता, जीवजंतू असू शकतात आणि आपल्याकडे गंगाजल पवित्र मानलंय. त्यामुळे स्मशानघाटावरून येणाऱ्यांच्या

अंगावर गंगाजल किंवा हळदमिश्रित पाणी शिंपडले तर जंतूंपासून बचाव करता येतो. कित्येक प्रांतांमध्ये परत आल्यानंतर अंघोळ करण्याचीही प्रथा आहे. जिथे मृत्यू झालाय अशा घरी जर कोणी गेलं तर त्याच्यावरही पाणी शिंपडलं जातं किंवा त्याला अंघोळ करायला सांगितलं जातं.

२) मृत माणसाच्या शरीराला जाळून आल्यानंतर अंघोळीच्या क्रियेतून हे दर्शविलं जातं, की आता त्या मनुष्याशी आपला संपर्क राहिलेला नाही. अशा प्रकारे भीतीचे विचार प्रवाहित केले जातात. स्मशानभूमीवरही जी वेगवेगळी कर्मकांडं केली जातात त्यांच्यामागे, लोकांनी भयमुक्त आयुष्य जगावं हाच उद्देश असतो.

२७. कोणी घरातून बाहेर पडल्यानंतर ताबडतोब केर काढू नये किंवा घराची स्वच्छता करू नये.

१) एखाद्या घरात मृत्यू होतो त्यानंतर ताबडतोब घराची स्वच्छता करतात. आजारांपासून वाचण्यासाठी ही सावधानता बाळगण्याची आवश्यकता असते. ही कृती एखाद्याच्या मृत्यूनंतर केली जाते. म्हणूनच पाहुणे किंवा घरातील माणसं घराबाहेर पडल्यानंतर ताबडतोब केर काढू नये. अन्यथा ती कृती, त्या माणसाचा मृत्यू झालाय हे दर्शवते.

२) कोणी घराबाहेर पडण्यापूर्वीच साफसफाई केली तर त्याच्या विसरलेल्या, हरवलेल्या वस्तूही कचऱ्यात जाऊ शकतात.

२८. लांब कान आणि विशाल कपाळ असणारे लोक बुद्धिमान असतात.

१) मनुष्य कानाद्वारे ऐकतो आणि बुद्धीच्या आधारे समजून घेतो. पूर्वीच्या काळी गुरू, शिष्याच्या कानात मंत्र द्यायचे, यामुळेच कानांना ज्ञानाचा दरवाजा मानलं आहे. लांब कानाचा अर्थ आहे, या माणसाला ऐकण्याची कला अवगत आहे.

२) ही धारणा गणपतीला पाहूनही बनवली आहे, ज्यांचे कान मोठे आणि मस्तक विशाल आहे, त्यांना अत्यंत चतुर मानलं गेलंय.

२९. लग्नानंतर मुलीचं नाव बदलतात.

१) लग्नानंतर मुली माहेर सोडून सासरी जातात. पतीच्या घरातलं वातावरण, नाती, जागा सगळंच तिच्यासाठी नवीन असतं. अशा वातावरणात, जणूकाही

तिचा नवा जन्मच होतो. ही गोष्ट लक्षात घेऊन मुलीचं नाव बदललं जातं, ज्यायोगे ती आपलं आयुष्य नव्याने सुरू करेल.

२) जुन्या नावाने हाक मारली तर माहेरच्या नातेवाइकांच्या आठवणीने ती उदास होऊ शकते. शिवाय नवीन आयुष्यात स्थिर होण्यासाठी ही गोष्ट अडथळाही ठरू शकते.

३) आध्यात्मिक जीवनात गुरूंकडून नवीन नाव दिलं जातं. जेणेकरून मनुष्याला विचार करण्याची आणि आपल्या भूतकाळापासून मुक्त होण्याचीही संधी मिळते. कोऱ्या करकरीत पाटीवर 'आयुष्याचा श्रीगणेशा' नव्याने लिहिण्याचा उत्साह येतो.

३०. उत्तरेकडे डोकं करून झोपू नये.

पृथ्वीचं गुरुत्वाकर्षण लक्षात घेऊन दिशांबाबत सूचना देणाऱ्या प्रथा बनवल्या आहेत. शरीरामध्ये असणारी चुंबकीय शक्ती आणि पृथ्वीची चुंबकीय शक्ती यांचा ताळमेळ योग्य प्रकारे घडण्याची आवश्यकता असते. तो योग्य घडला तर चांगली झोप आणण्यासाठी साहाय्यक ठरतो. अशा प्रकारच्या गोष्टी लक्षात घेऊन स्वयंपाकघराचं तोंड, ऑफिसचा दरवाजा, मंदिराचा दरवाजा अमुक दिशेला असावा किंवा नसावा असं वास्तुशास्त्र बनवलं गेलं. या तऱ्हेच्या प्रथा साहाय्यक असल्या तरी त्या अत्यावश्यक नाहीत. तर, माणसाचे विचार बदलणं अतिआवश्यक आहे. विचार सकारात्मक, शुभ असतील तर पूर्वेकडे डोकं करून झोपणाऱ्या माणसालाही गाढ झोप येईल. त्यामुळे अशा प्रकारच्या प्रथांची मदत घ्या; परंतु भीती किंवा अंधश्रद्धा न बाळगता.

३१. आरसा फुटणं अशुभ असतं.

मनुष्य आरशात नेहमी आपला चेहरा पाहतो. त्यामुळे आरसा फुटणं हे माणसाचं अस्तित्व नष्ट होण्यासमान मानलं जातं. परंतु वास्तवात तुटलेल्या आरशामुळे इजा पोहचू शकते. त्याच्या छोट्या छोट्या कणांमुळेदेखील मोठी हानी होऊ शकते. तुटलेला आरसा उचलताना हाताला लागण्याची, जखम होण्याची शक्यता असते. त्यामुळे अशा वस्तू काळजीपूर्वक वापरण्यासाठी ही भीती घातली आहे.

३२. **दरवाजाची कडी वाजवू नये, अन्यथा भांडणं होतात.**

आजच्यासारखी पक्की घरं नव्हती तेव्हा ही धारणा बनली. कारणाशिवाय दरवाजाची कडी वाजवत राहिल्याने ती कमकुवत होते. परिणामी चोऱ्यामाऱ्या सहजपणे शक्य होतात. हे घडू नये म्हणून, मुलांना या सवयीपासून लांब ठेवण्यासाठी अशी धारणा बनली.

३३. **दिवसा गोष्टी ऐकू नयेत, ऐकवू नयेत. नाहीतर आजोळावर संकट येतं.**

१) गोष्टी ऐकताना निवांतपणा, सवड गरजेची असते. शिवाय मुलांना रात्री झोप यावी म्हणूनही गोष्टी सांगितल्या जातात. त्यांच्यासाठी गोष्टी अंगाईसारख्या असतात. मुलं काळवेळाचं भान न ठेवता वेळी-अवेळी गोष्टी ऐकण्याचा हट्ट करतात. या सवयीपासून त्यांना दूर ठेवण्यासाठी वरील प्रथा बनवली.

२) सकाळपासून रात्रीपर्यंतची वेळ ही कामाची असते. या वेळेत गोष्टी ऐकणं किंवा ऐकवणं यामुळे कामात अडथळा येऊ शकतो. त्यामुळे ही प्रथा बनवली.

३४. **कोणत्याही महत्त्वाच्या कामाला तीन लोकांनी जाऊ नये, नाहीतर ते काम होत नाही.**

१) महत्त्वाच्या कामात विशिष्ट गोष्टींबाबत काही काळासाठी गुप्तता राखावी लागते. कोणतीही गोष्ट दोन माणसांमध्येच गुप्त राहू शकते. तिसरा येताच त्या गोष्टीचा गौप्यस्फोट वेळेअगोदरच होण्याची दाट शक्यता असते. म्हणून वरील धारणा बनवण्यात आली. ज्यामुळे दोघांमध्ये तिसऱ्या माणसाने जाण्याचा हट्ट धरू नये आणि कामही बिघडू नये.

२) दोन माणसांमध्ये एखाद्या विषयावर चर्चा सुरू असताना तिसऱ्याला आपण बाजूला पडल्यासारखं वाटतं. शिष्टाचार म्हणून का होईना या तिसऱ्या माणसासाठी बाकीच्या दोघांना अनावश्यक गोष्टींवर चर्चा करावी लागते. त्यामुळे वेळ वाया जातो. हे टाळण्यासाठी ही धारणा बनवली गेली.

३५. **संध्याकाळी उंबऱ्यावर बसू नये.**

१) घराच्या उंबऱ्यावर बसल्यामुळे घरात ये-जा करणारी माणसं किंवा घरात

खेळणारी मुलं बसणाऱ्याला अडखळू शकतात.

२) उंबरठा अशी जागा आहे, जिथे येता-जाता लोकांच्या पायाची धूळ लागते. संध्याकाळच्या वेळी म्हणजे मंद प्रकाशात त्या धुळीचे कण उंबरठ्यावर बसलेल्या माणसाच्या कपड्यांवर लागून घरात येतात. त्यामुळे हा नियम बनला. शिवाय विष्णूंनी नरसिंह अवतार घेऊन भक्त प्रल्हादाच्या पित्याचा-हिरण्यकशिपूचा वध उंबऱ्यावरच केला होता. म्हणूनही ही धारणा तयार झाली.

३६. मंदिरात प्रवेश करतानाच घंटा वाजवावी. देवळाबाहेर पडताना वाजवू नये.

देवळात पाऊल ठेवल्यानंतर घंटा वाजवली असता सांसारिक कोलाहलापासून, गोंगाटापासून भिन्न असं वातावरण तयार होतं. घंटेच्या लहरी मंदिरात गुंजत राहतात. त्यांचा नाद माणसाला एकचित्त होण्यासाठी मदत करतो. या ध्वनिलहरी त्याला ईश्वराशी संभाषण करण्याची आठवण करून देतात. त्यामुळे ध्यानात बसणं त्याच्यासाठी सहज शक्य होतं. देवळातून बाहेर पडताना त्याने मनन, चिंतन, एकाग्रता, ध्यान किंवा प्रार्थनेद्वारा जी शांती मिळवलीय, ती खंडित न होता त्याच मौनामध्ये परत जावं यासाठी देवळाबाहेर पडताना घंटा वाजवत नाहीत.

३७. पाल अंगावर पडली तर अंघोळ केली पाहिजे (पालीचं पडणं अशुभ असतं).

१) पाल झाडाझुडपांतून, दारावर, छतावर, दाराच्या फटीतून अशा कोणत्याही ठिकाणी अगदी सहजपणे फिरते. त्यामुळे तिच्या शरीरावर किंवा पायांना धुळ चिकटून राहते. शिवाय पालीच्या मल-मूत्रामध्ये ॲसिडसदृश्य रसायन असतं. म्हणून अंगावर पाल पडली तर अंघोळ करावी हे त्या माणसाच्या सुरक्षिततेच्या दृष्टिकोनातून सांगितलं आहे.

२) शिवाय ज्या लोकांची त्वचा नाजूक आणि संवेदनशील असते त्यांच्यासाठी हे रसायन हानिकारकही ठरू शकतं. त्यामुळे ते अशुभ मानलं आहे.

३) धरतीच्या कंपनांमुळे जर पाल पडत असेल तर ती भविष्यातील विनाशाची पूर्वसूचना असू शकते. जर भांडणतंट्यामुळे पाल पडली तर ते अशुभ मानू नये.

४) पालीमध्ये विषही असतं. त्यामुळे अशा प्राण्यांबाबत जागरूक राहायला हवं. खाण्याच्या वस्तू न झाकता ठेवू नयेत. शिवाय सुरक्षेच्या दृष्टीने या प्राण्याला अशुभ मानलं जातं.

३८. मंगळवारी जन्माला आलेल्या (मंगळ असणाऱ्या) मुलाचं लग्न मंगळ असणाऱ्या मुलीशीच करायला हवं.

वेगवेगळ्या दिवशी, विविध नक्षत्रांवर जन्मणाऱ्या लोकांची शारीरिक, मानसिक स्थिती भिन्नभिन्न असते. त्यामुळे त्यांना अनुरूप असा जोडीदार मिळाला तर त्यांचं दांपत्य जीवन दीर्घकाळ टिकतं. उदाहरणार्थ, मुलगा आणि मुलगी दोघंही स्वभावाने रागीट असतील तर वैवाहिक जीवन अल्पायुषी ठरू शकतं. दोघंही खर्चिक स्वभावाचे असतील तर आर्थिक संकटांना सामोरं जावं लागू शकतं. मंगळ असणाऱ्या माणसाच्या शारीरिक गरजा पूर्ण करण्याची क्षमता मंगळाच्या साथीदारामध्ये असू शकते (ती इतरांमध्ये नसेल असं नाही.) त्यामुळे वैवाहिक जीवन सफल होण्यासाठी, परस्परांना पूरक ठरण्यासाठी मंगळ असणारा साथीदारच शोधला जातो.

३९. मंगळ असणाऱ्याचं लग्न मंगळ नसणाऱ्या जोडीदाराबरोबर लावण्यापूर्वी ते मडक्याशी किंवा तुळशीशी करायला हवं.

मंगळ ग्रहाविषयी लोकांच्या अंधश्रद्धा पूर्वापार चालत आलेल्या आणि खोलवर रुजलेल्या आहेत. मंगळ असणाऱ्याचं लग्न जेव्हा मंगळ असलेल्या मनुष्यासोबत होत नाही, तेव्हा त्यांना अनिष्टाची, वाइटाची चाहूल लागते. सगळ्यांचा विचार आणि विश्वास ठाम असल्यामुळे त्यांच्या एकत्रित विचारांचा परिणाम विवाहितांच्या जीवनावर पडतो.

सर्वांचे विचार बदलण्यासाठी अशा प्रकारच्या कर्मकांडांची निर्मिती केली गेली. आपले पूर्वज बुद्धिमान आणि द्रष्टे होते. भविष्य ओळखण्याची क्षमता त्यांच्यात होती. मडक्याबरोबर पहिलं लग्न झाल्यामुळे पतीबाबत जे काही अनिष्ट घडलं असतं ते आता मडक्याबरोबर घडणार असं लोकांना वाटतं. मडकं फोडलं जातं. अशा प्रकारे सगळ्या लोकांचे विचार बदलण्यास मदत मिळते.

४०. बाळाला काळी तीट लावल्याने नजर लागत नाही.

एखादी सुंदर गोष्ट किंवा गोजिरवाणं बाळ बघितल्यावर लोकांच्या मनात असूया निर्माण होते. विशेषतः ज्यांच्याकडे ती गोष्ट नसते त्यांना ती अधिक जाणवते. कित्येकदा या मत्सराचं रूपांतर द्वेषातही होतं. इतरांच्या द्वेषापासून वाचण्यासाठी सुंदर गोष्टीला कुरूप गोष्टीची जोड दिली जाते. जसं, देखण्या वास्तूच्या दाराला काळी बाहुली टांगतात. त्यामुळे लोकांचं लक्ष सौंदर्यावरून बाजूला होतं. सर्वप्रथम त्रुटी किंवा चुका शोधून काढणं हा मनुष्य स्वभावच आहे. काळी बाहुली किंवा काळा तीट किंवा बाळाला बांधलेला काळा दोरा लोकांचं लक्ष वेधून घेतो. अशाप्रकारच्या प्रथा बाळाच्या सुरक्षिततेसाठी आणि इतरांच्या मत्सरापासून त्याला वाचण्यासाठी बनवल्या गेल्या.

४१. महाभारत ग्रंथ घरात ठेवू नये, अन्यथा घरात भांडणं होतात.

भारत देशाने अध्यात्मात आपली ध्वजा सदैव फडकत ठेवली आहे. ज्ञानासंबंधी लोकांना चर्चा करायला आवडतात. धार्मिक ग्रंथ – रामायण, उपनिषद, वेद, पुराणं इत्यादी घरात असणं स्वाभाविक आहे. परंतु महाभारतासारख्या ग्रंथाचा समावेश यामध्ये होत नाही. दोन कारणांमुळे भगवद्‌गीतेचं महत्त्व सर्वाधिक आहे.

१) महाभारताच्या युद्धात कृष्णाची प्रमुख भूमिका आहे. कृष्णाला पूर्णावतार मानलं गेलंय. त्यांनी सांगितलेली गीता आजच्या काळातही लोकांसाठी कल्याणकारक आहे. परंतु याच कृष्णाने युद्धामध्ये कट-नीतीचा अवलंब केला. महाभारत वाचणारा अज्ञानी असेल किंवा धर्मविषयी नुकतंच समजू लागला असेल तर कृष्ण-नीतींचा अंतस्थ हेतू त्याला कळणार नाही. त्यामुळे तो कृष्णाच्या केवळ बाह्य कृतींचंच अनुकरण करेल. समजेशिवाय केलेली नक्कल फायद्यापेक्षा नुकसानच जास्त करते. एखाद्या नवशिक्याने महाभारताची कथा वाचून त्यानुसार आचरण करण्याचा प्रयत्न केला तर तो भरकटू शकतो किंवा त्याचा गोंधळ उडू शकतो.

२) महाभारतात नानाविध पात्रं आहेत. त्या सर्वांची नावं लक्षात ठेवणं देखील कित्येकांना अवघड वाटतं. महाभारत वाचून लोक परस्परांशी चुरशीने वाद

घालतात. 'अमुक पात्र... अमुक-अमुकचा नातू होता, आत्याचा नवरा होता, मुलगा होता. किंवा तमुक तमुक पात्र अशा प्रकारे शापित होतं...' अशा बुद्धिविलासात लोक स्वतःचा आणि इतरांचाही वेळ वाया घालवतात. कित्येकदा या वादावादीतून भांडणंही होतात. म्हणूनच, 'महाभारत' हा ग्रंथ घरामध्ये ठेवू नये. अन्यथा भांडणं होतात ही धारणा बनवण्यात आली.

४२. **शनिवारी तेल विकत आणू नये.**

पूर्वीच्या काळी लोक देवी, देवता, झाडं, वृक्ष, रोपं, चंद्र, सूर्य, नक्षत्रं आणि नानाविध काल्पनिक दगडांच्या भव्यदिव्य किंवा लहानसहान पूजा करत. त्याकाळी विशिष्ट दिवशी सगेसोयरे, नातेवाइकांना घरी आमंत्रित केलं जायचं. संपूर्ण घर माणसांनी गजबजून जाई.

पूर्वीच्या काळी लोक तेलाचा वापरही अतिप्रमाणात करायचे. इतका, की संपूर्ण शरीराला तेलानं न्हाऊमाखू घालत. तेव्हा महागाई नसल्याने या गोष्टी शक्य होत्या. तेलाने अंघोळ करणाऱ्या माणसांच्या पाऊलखुणा जागोजागी उमटत असत. शिवाय त्यावरून पाय घसरून पडण्याची भीती असे. विशेषतः घरामध्ये घाईगडबड किंवा धावपळ असेल तेव्हा तर ही शक्यता वाढायची. त्यामुळे अशा दुर्घटनांपासून सावध राहण्यासाठी विशिष्ट दिवशी आणि प्रसंगी तेलाने अंघोळ करू नये म्हणून वरील नियम बनवला. तो बनविणाऱ्यांनी सर्वांच्या सुरक्षिततेचा विचार करूनच बनवला हे नेहमी लक्षात घ्यायला हवं. पण पुढील पिढ्या मात्र त्यातील तथ्य सोडून अंधविश्वास निर्माण करतात. नियमांचा, प्रथांचा लाभ आजही घ्यावासा वाटला तर तो अवश्य घ्या परंतु त्यांना गळ्यातील फास बनवू नका.

४३. **मांजर आडवं गेलं तर काम होत नाही किंवा काहीतरी वाईट घडतं.**

रस्त्यावरील दुर्घटनांपासून वाचण्यासाठी ही धारणा बनवली. मांजर, कुत्रं, डुक्कर, गाय, बकरी, उंदीर हे प्राणी माणसांच्या संपर्कात अधिकाधिक येतात. पूर्वीच्या काळी तर हे प्राणीही विपुल प्रमाणात होते. मात्र आजकाल त्यांची संख्या कमी होत चाललीय. मनुष्यही त्याच रस्त्यावरून चाललाय याची पर्वा न करता मांजर जेव्हा रस्ता ओलांडतं, तेव्हा त्याची दोनच कारणं असू शकतात. एक तर ते

एखाद्या शिकारीच्या मागावर असतं किंवा त्याच्यामागून कुत्रं तरी धावत असतं. दोन्ही प्रसंगांमध्ये रस्त्यावर अचानक धावपळ सुरू झाल्यास सायकलवरून, स्कूटरवरून जाणाऱ्यांचा किंवा पायी चालणाऱ्यांचा जीव धोक्यात येऊ शकतो. अनेकदा मांजर, डुक्कर, गाय, बैल अचानक रस्त्यावरून धावू लागताच आजूबाजूची माणसं जखमी होतात. या दुर्घटनांपासून बचाव करण्यासाठी ही धारणा बनवली गेली, की रस्त्यावर जेव्हा असं दृश्य दिसेल तेव्हा घाई करू नका. थोडा वेळ थांबा. त्यामुळे एखादी आपत्ती आली तरी तुम्ही त्यातून आरामात बाहेर पडाल. थोड्या वेळाने कोणतीही धावपळ दिसली नाही तर तुम्ही पुढे जा. मांजर आडवं जाण्यामागे आणि मनुष्याने थांबण्यामागे हे खरं कारण आहे. स्वतःच्या सुरक्षिततेचा विचार करून ही मान्यता अवश्य पाळा, परंतु तिला अंधश्रद्धेचं रूप देऊ नका.

४४. कुत्र्याचं रडणं अशुभ असतं.

ईश्वराने पृथ्वीवर नानाविध गुणांनी युक्त अशा प्राण्यांची निर्मिती केलीय. ससाणा उंच आकाशातून जमिनीवर सरपटणारे प्राणी पाहतो तर घुबड रात्रीच्या अंधारात पाहू शकतं. कुत्र्याची घ्राणेंद्रियं तीक्ष्ण असतात. हुंगण्याच्या तीव्र शक्तीच्या आधारे तो मोठमोठी कामं करतो, हे तर जगजाहीर आहे. घ्राणेंद्रियांच्या शक्तीमुळे कुत्रा वातावरणातील बदल ओळखतो. भविष्यात घडणारे भूकंप, वादळं किंवा अन्य बदल हे मनुष्यासाठी लाभदायक आहेत की हानिकारक, हेदेखील तो ओळखू शकतो.

कुत्र्याला जेव्हा अशा बदलांची जाणीव होते, तेव्हा तो रडून त्याची अभिव्यक्ती करतो, ती गोष्ट प्रकट करतो. परंतु तसे बदल घडतीलच असंही नाही. कित्येक घटना, आजार आपल्यापर्यंत येता येता दिशा बदलतात. मनुष्याच्या शरीराभोवती चारही बाजूंनी असणारं आभामंडल पहिल्यांदा दूषित होतं. नंतरच आपल्या शरीरावर परिणाम होतो. आपले विचार सकारात्मक असतील तर येणारी संकटं टळू शकतात. कुत्रा तर त्याच्या स्वभावानुसार वातावरणातील बदलांचा संकेत देत असतो. असे असंख्य बदल विश्वात घडत राहतात. त्यामुळे घाबरून जाऊन दहशतीचे विचार पसरवण्याची आवश्यकता अजिबातच नसते. कुत्र्याचं रडणं

ही त्याची नैसर्गिक क्रिया आहे हे समजून तुम्ही नेहमी आशावादीच राहायला हवं.

४५. मंदिरासमोरून जाताना हात जोडायला हवेत अन्यथा देव आपल्यावर नाराज होतो.

मंदिर म्हणजे असं एक स्थान, जिथे आपल्या मनाला धीर - संयम मिळतो. सदैव बहिर्मुख राहणारं मन दूषित बनतं. हातापायाला माती, घाण लागली तर आपण जशी अंघोळ करतो, तसंच मन मलीन, अशांत झाल्यावर ते अंतर्यामी वळवायला हवं. अंतरंगातून त्याला संयम आणि शुद्धता प्राप्त होते. ही शुद्धता आणि धैर्य प्राप्त झाल्यानंतर मन कपटमुक्त होऊन आस्थेनं कार्य करेल.

मंदिरासमोर गेल्यानंतर हात जोडले नाही तर ईश्वर नाराज होईल, अशी धारणा पूर्वजांनी बनवली. असं का सांगितलं असेल? त्यामागे त्यांचा कोणता विचार होता? नक्कीच गहन विचार होता. माणसाने क्षणभर थांबून, स्वतःवर परतावं, स्वानुभव प्राप्त करावा यासाठी खरंतर मंदिरांची निर्मिती केली. किमान मंदिरामुळे तरी त्याला 'स्व'ची म्हणजेच वास्तवात तो जो आहे त्याची आठवण येईल. अशा प्रकारे अंतरंगात बुडी मारून मगच तो ती सगळी कामं करेल, निर्णय घेईल, जे सगळ्यांसाठी हितकारक आणि सुयोग्य असतील.

मनुष्यासाठी मंदिर म्हणजे स्व-दर्शनाचा आरसा आहे. मंदिराजवळून जाताना माणसाने हात जोडले नाहीत तर त्याला काय सांगितलं जाईल? 'ज्या उद्देशासाठी मंदिर बनवलं त्याचा लाभ तर तू घेतलाच नाहीस.' संयम आणि शांततेची आठवण करून देणं हा मंदिरनिर्मितीचा उद्देश होता. ही इमारत इतर इमारतींसारखी काणाडोळा करून निघून जाण्याची नाही याचं लोकांना स्मरण व्हावं, मंदिराच्या निर्मितीचं माहात्म्य पटावं म्हणून ही धारणा बनवली. परंतु आज लोकांना या गोष्टीचं विस्मरण झालं आहे. हात जोडणं हे एक कर्मकांडच बनून राहिलंय. शिवाय, हात जोडायचे राहून गेल्यास भीती वाटते आणि त्यामुळे अस्वस्थता जाणवते. अशाप्रकारे आपण खरा उद्देश गमावला. मंदिराचं निर्माण अधीरतेला प्रोत्साहन देण्यासाठी नव्हे तर ती दूर करण्यासाठी झालंय.

४६. दुकानावर सकाळीच देणेकरी येणं अशुभ आहे.

दुकान उघडताच, सकाळी अचानक काही रक्कम देणेकऱ्याला दिल्याने दुकानदाराचा निश्चय (भावना, इंटेन्शन) डगमगतो. विघ्न आणि बाधा या भावनेने त्याच्या दिवसाची सुरुवात होते. परिणामी, तो दिवसभर ग्राहकांशी आरडाओरडा करून बोलण्याची शक्यता असते. शिवाय मन बेचैन असल्याने त्याच्या हातून अनेक चुकाही घडण्याची शक्यता असते. अशाप्रकारे त्याचा दिवस वाईट गेल्याने, 'सकाळी देणेकऱ्याचं येणं अशुभ असतं' या धारणेला त्याच्याकडून खतपाणीच घातलं जातं.

दुकान उघडताच सकाळी जास्त खरेदी करणारा ग्राहक आला आणि त्याची चांगली बोहणी (विक्री) झाली तर दुकानदार खुश होईल. खुशीमुळे तो जास्त काम करेल. ग्राहकांशी नम्रपणे संवाद साधेल. त्यामुळे व्यवसायाच्या दृष्टीने संपूर्ण दिवस सफल झाला असं त्याला वाटेल.

जे आपल्या विचारांवर नियंत्रण ठेवतात त्यांच्यासाठी अशुभ, वाईट असं काहीही नसतं. अभिशापाचं रूपांतर वरदानात करण्याची कला त्यांच्याकडे असते.

याउलट धारणांवर विश्वास ठेवणारा मनुष्य प्रत्येक वरदानाला अभिशाप बनवतो. अशुभ लक्षणं दिसताच तो अनिष्ट घडण्याची वाट पाहतो. जेव्हा वाईट घडतं तेव्हा, 'अमुक अमुक गोष्टींमुळे माझ्याबाबतीत वाईट घडलं' असं म्हणून तो आपली चूक ठामपणे नाकारत, स्वतःच्या वागण्याचं समर्थनच करतो.

४७. एखाद्या कामासाठी जाणाऱ्या माणसाला कुठे चाललास, असं विचारलं तर ते काम होत नाही.

मनुष्य स्वतःच्या विचारांची जबाबदारी घ्यायला तयार नसतो. आपले विचार वाईट गोष्टींना आकर्षित करताहेत, हे मानायला तो तयार नसतो. कामासाठी बाहेर जाताना कोणी हटकलं तर, आता माझं काम होणार नाही असं तो समजतो. पुढे जाऊन हे विचारच त्याच्यासाठी अडथळा ठरून त्याच्या कामात विघ्न आणतील. 'कामाला जाताना कुठे चाललास असं जर कोणी विचारलं तर ते काम होत नाही' ही त्याची धारणा प्रत्येक अडथळ्याबरोबर ठाम होत जाईल.

४८. मकरसंक्रातीच्या दिवशी तिळगूळ देताना किंवा घेताना तो सांडला तर भांडणं होतात.

प्रत्येक मनुष्यात काळानुरूप बदल हा घडतोच. समजा, एक वाईट मनुष्य आहे. तुमची आणि त्याची अनेक वर्षं गाठभेटच नाही. या काळात त्यानं किती आध्यात्मिक मार्गदर्शन प्राप्त केलं..., तो किती बदलला... हे तुम्हाला माहिती नाही. 'तो वाईट मनुष्यही बदलला असेल' असा सारासार विचार कोणी करत नाही. उलट, 'तो आहे तस्साच असेल' असाच विचार लोक करतात. आपल्या मनात, डोक्यात जी जुनी गोष्ट बसलीय, तीच आपण पाहतो. आपण भूतकाळातच जगतो, वर्तमान पाहातच नाही. आपण जर, 'तो माणूस आजही पूर्वीसारखाच असेल' असा विचार करत असाल तर त्याचा अर्थ, आपल्याला नवीन, ताजं, फ्रेश पाहता येत नाही. आपण जुनं, शिळंच पाहत असतो.

आपण जागृत झालो तर मकरसंक्रांतीचा दिवस म्हणजे आपल्यासाठी नात्यांची गोडी, त्यातील माधुर्य नव्याने अनुभवण्याचा दिवस ठरेल. नात्यांकडे, मुलांकडे आपण नव्या दृष्टिकोनातून पाहू शकाल. लोकांना नव्याने भेटून त्यांच्याकडे लक्ष द्याल. नाहीतर समोरचा तिळगूळ देतोय आणि आपण लक्षच दिलं नाही तर तो तिळगूळ आपल्याकडून सांडेल. असं घडतं तेव्हा सांगावं लागतं, 'तिळगूळ सांडू नका, माझ्याशी भांडू नका.' परस्परांमध्ये तिरस्कार असेल आणि केवळ औपचारिकता म्हणून कोणी तिळगुळाची देवाण-घेवाण करत असेल तर ते एकमेकांकडे न पाहता तिळगूळ देतील. यासाठी तिळगूळ सांडू नये ही धारणा बनवली. नियम असेल तर लोक पालन करतील. भांडणं असूनही एकमेकांकडे थोडंफार लक्ष देतील. लक्ष दिलं तर नात्यांमध्ये सुधारणा होईल. नात्यातील छेदाला मलमपट्टी होईल. नात्यातील दरी कधीही भिंत बनू नये. नात्यांमधील भिंत तुटायला हवी. ग्लासब्रेक्रिंग व्हायला हवं ज्यामुळे लोक एकमेकांकडे लक्ष देतील, मुलांकडे लक्ष देतील.

४९. मकरसंक्रांतीच्या आदल्या दिवशी भांडण करू नये. अन्यथा वर्षभर भांडणं होतात.

मकरसंक्रांत नात्यांमध्ये सुधारणा घडवण्याचा सण आहे. या सणाबरोबर काही

प्रथा जोडल्या आहेत, ज्यामुळे लोक नात्यांमध्ये येणारी कटुता दरवर्षी दूर करू शकतील.

समजा, एक कोपिष्ट माणूस दररोज कोणाशी ना कोणाशी तरी भांडत असेल आणि मकरसंक्रातीच्या आदल्या दिवशी त्याला जर सांगितलं, 'आज तू अजिबात भांडता कामा नये आणि भांडलास तर वर्षभर तू भांडतच राहशील.' तर हे ऐकून तो मनुष्य कोणाशीही न भांडण्याचा दृढ निश्चय करेल. सणाच्या निमित्ताने तो या नियमाचं पालन करेल. अन्यथा त्या दिवशीही तो नेहमीसारखा भांडतच राहील. या सणाच्या निमित्ताने तो संकल्प करेल, प्रतिज्ञा घेईल, 'किमान आज तरी या नियमाचं पालन मी करेनच. आयुष्यभरासाठी नाही जमलं तरी एक दिवस मी नक्कीच न भांडता राहू शकतो.' त्या एका दिवसाचा न भांडता आस्वाद घेताना त्याला काय वाटेल? भांडण न केल्याने त्याला शांतता, संयम जाणवेल आणि मग तो विचार करेल, 'मी जर न भांडता संपूर्ण दिवस राहू शकतो आणि त्याचा परिणाम इतका सुंदर आहे तर मी कायम असाच का नाही राहू शकत?' कारण त्याला न भांडल्यामुळे ज्या आंतरिक शांततेचा स्वाद चाखायला मिळालाय, तोच आस्वाद कायमस्वरूपी मिळण्यासाठी तो नियमांचं खात्रीने पालन करेल. परंतु शांततेची, संयमाची, प्रतिसादाची चवच जर त्याला प्राप्त झाली नाही तर तो हा संकल्प कसा करेल? त्याच्या नात्यांमध्ये बदल कसे घडतील? पाठीमागे लागून कोणी करवून घेत नाही तोपर्यंत स्वतःहून संकल्प करणारे विरळा असतात.

सणांच्या, कर्मकांडांच्या निमित्ताने लोकांनी भांडणं टाळली, नात्यातील माधुर्य अनुभवलं, तरच अशा प्रथांचा लाभ होईल. अन्यथा अशी माणसं कर्मकांडातच अडकून राहतील. संक्रांतीच्या निमित्ताने ज्यांच्यासमोर जाण्याची इच्छा नाही अशांना ते भेटतील, तिळगूळही देतील. मग तिळगूळ थंडीमध्ये शरीरासाठी पोषक ठरेलच शिवाय नात्यांमध्येही तिळगुळाची स्निग्धता झिरपू लागेल.

५०. मकरसंक्रांतीच्या आदल्या दिवशी सगळ्या भाज्या एकत्र करून भाजी बनवावी.

मकरसंक्रांतीच्या आधी सगळ्या भाज्यांची एकत्रित अशी भाजी करतात. ती का केली जाते हे आता तुम्हाला समजेल. भाज्या खाण्याबाबत कित्येकांच्या

आवडीनिवडी असतात. कोणी कितीही आग्रह केला तरी, 'ही भाजी मला आवडत नाही, मी खाणार नाही.' असा हट्टीपणा केला जातो. भाजी खाण्याचा आग्रह करणारा म्हणतो, 'अरे, तू जेव्हा ही भाजी खाल्लीस त्यावेळी कदाचित तुझं पोट आधीपासूनच खराब असेल, म्हणून तुला त्रास झाला आणि त्यामुळेच ही भाजी आवडत नाही असा ग्रह तू करून घेतला आहेस.' डोक्यात पक्की बसलेली ही गोष्ट जोपर्यंत एखादा प्रयोग करून काढली जाणार नाहीत तोपर्यंत त्या भाजीतली पोषकतत्त्वं तुला मिळणार नाहीत.'

क्रोधी मनुष्य मकरसंक्रांतीच्या दिवशी न भांडण्याचा प्रयोग करतो. परंतु जे लोक समाजामध्ये मिसळू शकत नाहीत त्यांनी नावडती, न खाल्लेली भाजी खाण्याचा प्रयोग अवश्य करावा. मुलं प्रयोग करतात परंतु मोठे प्रयोग करायला विसरतात. 'पुन्हा एकदा प्रयोग करून पाहा' ही आठवण करून देण्यासाठीच सण येतात. न आवडलेली भाजी पुन्हा एकदा खाऊन पाहा. त्या भाजीत जे व्हिटॅमिन्स आहेत ते तुम्हाला कधी मिळणार? तुम्ही स्वास्थ्य केव्हा मिळवणार? सगळे व्हिटॅमिन्स शरीरात असतील तरच स्वास्थ्य, आरोग्य टिकेल. शरीराला काही पोषणतत्त्वं मिळाली आणि काही मिळाली नाही तर आरोग्य टिकणार कसं? शरीराला सर्व गोष्टी मिळायला हव्यात. सगळे स्वाद मिळायला हवेत. कडू स्वादही त्याच्यासाठी आवश्यक असल्याने माणसाने कारलंदेखील खायला हवं. सगळ्या भाज्या एकत्रित करून जी एक भाजी बनवली जाते, ती नात्यांमध्ये मिक्स-अप कसं व्हावं, घनिष्ठता कशी वाढवावी, याचं स्मरण करून देते.

५१. तुटक्या-फुटक्या गोष्टी घरात ठेवू नयेत.

तुटलेल्या वस्तू घरात ठेवल्याने अपूर्णतेची जाणीव होते. जुन्या वस्तूंमुळे घरातील वातावरणही उदास, जड बनतं. चमकदार, ब्राइट रंग, स्वच्छता, नवीन वस्तू वातावरण उल्हसित बनवतं. त्यामुळे वरील धारणा बनवण्यात आली. अशा प्रकारच्या ज्ञानाला फेंगशुई असंही म्हटलंय.

मनुष्य ज्या गोष्टी वारंवार पाहतो, त्यांचा त्याच्या अंतर्मनावर परिणाम होतो. माणसाचं अर्धजागृत मन वस्तूंचा आकार, रंग यांच्याशी संबंध जोडतं. वस्तू, चित्र बघितल्याने आतमध्ये साठलेल्या जुन्या आठवणी उचंबळून वर येतात.

तुटलेल्या गोष्टींबाबत आपल्या भावना चांगल्या नसतात. त्यामुळे अशा गोष्टी पाहून नकारात्मक भाव निर्माण होऊ शकतात. येणाऱ्या पाहुण्यांवर किंवा तुमच्यावर याचा वाईट परिणाम होऊ शकतो. त्यामुळे अशा गोष्टींबाबत ही धारणा बनवली आहे.

सकारात्मक विचार असणारे लोक नकारात्मक घटनेतही सकारात्मक दृष्टिकोन ठेवतात. अशा लोकांवर बाहेरच्या वस्तूंचा वाईट परिणाम होत नाही, तर त्यांच्या विचारांचा परिणाम इतरांवर होतो. त्यामुळे पहिल्यांदा आपला नकारात्मक दृष्टिकोन सुधारण्याचा प्रयत्न करा. तोपर्यंत तुमच्या आजूबाजूचं वातावरण साफ-स्वच्छ, ब्राइट ठेवा. ही सवय कायमस्वरूपी अंगीकारा.

५२. पादत्राणं आणि झाडू एकमेकांशेजारी ठेवू नयेत.

घराबाहेर पडताना कित्येकदा घाईघाईने बूट, चपला घातल्या जातात. त्यावेळी बुटात किंवा चपलेमध्ये काडीकचरा किंवा एखादा किडा वगैरे तर गेला नाही ना, हे पाहायला देखील वेळ नसतो. घरातील जाळीजळमटं, धूळ, कचरा साफ करण्यासाठी केरसुणी वापरली जाते. त्यामुळे कित्येकदा केरसुणीमध्ये धुळीचे, मातीचे कण अडकून राहतात. लहानमोठे किडे, पतंग हेदेखील केरसुणीत कधीकधी आश्रयाला येतात. बुटांच्या बाजूला झाडू ठेवला तर असे कीटक, किडे बुटामध्येही जाऊ शकतात. त्यामुळे हा नियम सुरक्षिततेचा आणि आरोग्याचा विचार करून बनवला आहे.

५३. सोन्याची हरवलेली वस्तू परत मिळाली तर शुभ घडतं.

सोन्याची वस्तू ज्या मनुष्याकडून हरवते, तो किती बेजबाबदार आहे, हे त्यातून दिसतं. सोनं मौल्यवान धातू आहे. त्यामुळे ज्याला ती वस्तू सापडेल तो हव्यासापोटी कदाचित ती परत करणार नाही. त्यातूनही जर सोनं मिळालंच तर तो शुभ संकेत मानतात. कारण :

१) किमती वस्तू परत मिळाली, नुकसान झालं नाही.

२) त्या घरातील आणि आजूबाजूचेही लोक उच्च चारित्र्याचे आहेत, जे लोभाला बळी पडत नाहीत. ही गोष्ट विकासामध्ये अत्यंत पूरक ठरणारी असते. कारण,

'जसा असतो संग, तसा चढतो रंग.' असे लोक तुमच्या जीवनात समृद्धता, संपन्नता, आनंद आणतात.

५४. दिवाळीच्या दिवशी चामड्याची पादत्राणे खरेदी करू नयेत.

सणसमारंभाच्या वेळी लोकांकडे पैसा येतो किंवा आनंदामुळे ते पैसा खर्च करायला, खरेदी करायला तयार होतात. अशा प्रसंगी ज्या जनावरांचं चामडं पादत्राणं बनवण्यासाठी वापरतात त्यांच्यावर किमान या काळात तरी अत्याचार होऊ नयेत म्हणून ही धारणा बनवली.

दिवाळीच्या सणालादेखील बोनस, अतिरिक्त धन यांतून लोक जोरदार खरेदी करतात. त्या काळात चप्पल, बूट, कपडे यांची भरपूर खरेदी होते. त्यामुळे जनावरांच्या चामड्याची मागणी कारखान्यांमध्ये (फॅक्टरीमध्ये) वाढते, ती कमी करण्यासाठी ही धारणा बनली.

५५. गंगा नदीत स्नान केल्याने पापं धुतली जातात

लोक आजही गंगेचं पाणी पितात, गंगेमध्ये स्नान करतात. यामुळे त्यांची सगळी पापं धुतली जातात, असं ते मानतात. गंगेचं पाणी इतकं निर्मळ आहे, की त्यात सर्व पापं धुतली जातात; ही गोष्ट खरी! पण त्यासाठी तुम्हाला आधी पाण्यात उतरावं लागतं, आतमध्ये जावं लागतं तेव्हाच तुमची पापकर्मं धुतली जातील. पण पाण्याबाहेर येऊन तुम्ही पुन्हा सगळ्या गोष्टींशी आसक्त होता. त्यावेळी तुम्ही कोणत्या गंगेत डुबकी मारत असता? गंगा नदीत अंघोळ केली तर शुद्ध पाण्यात स्नान करण्याचा लाभ तर मिळतोच शिवाय मनुष्याला टोचत राहिलेली अपराधीपणाची जाणीवही नाहीशी होते. प्रायश्चित्त केल्यानंतर मनुष्य पुन्हा एकदा पवित्र जीवनाची सुरुवात करतो. माणसाने प्रायश्चित्त कुठं घ्यावं? तीच व्यवस्था गंगा नदीद्वारे करण्यात आली. त्यामागचा उद्देश हाच, की लोकांनी लवकरात लवकर प्रायश्चित्त घेऊन शीलयुक्त, सदाचारयुक्त जीवनाची सुरुवात करावी. सगळ्यांना आनंद देऊन आनंदित राहावं. मनुष्यामध्ये जेव्हा अपराधबोध असतो, तेव्हा तो आतल्या आत खचत जातो. हातून घडलेल्या चुकीच्या कर्मांपेक्षा जास्त शिक्षा त्याला आपल्या आंतरिक टोचणीची मिळते. त्या पापाच्या ओझ्यापासून तो मुक्त होऊ शकत नाही. परिणामी त्याचं वर्तमान-कर्मही बिघडतं.

त्याला या पापबोधापासून, भावनेपासून मुक्त करण्यासाठी ही धारणा बनवली. या प्रथेचं पालन केलं तर लोक भूतकाळातील पापांपासून मुक्त होऊन, चुका न करण्याचा संकल्प करू शकतील.

अंतिम सत्याची समज ही एक पवित्र गंगाच आहे. या गंगेमध्ये जर तुम्ही डुबकी घेतली तर पापं धुतली जातील. वास्तविक पाप-पुण्याची समज मिळताच, 'मी कोण आहे' हे ज्ञान मिळताच, 'कर्ता-भाव' समाप्त होतो आणि मनुष्याला पापकर्मांमधूनच नाही तर पुण्यकर्मांपासूनही मुक्ती मिळते. यासाठीच तुम्हाला जी समज प्राप्त झालीय, ती इतरांनाही मिळावी, याचं भान नेहमी ठेवायला हवं.

५६. आपला दिवस जर वाईट गेला तर सकाळी आपण एखाद्या अशुभ माणसाचं तोंड बघितलेलं असतं.

सकाळपासून रात्रीपर्यंत आपण अनेक कामं करतो. काही कामं पूर्ण होतात तर काही अपूर्ण राहतात. एखाद्या दिवशी कामांमध्ये खूप अडचणी येतात. या अडचणी मनुष्य स्वतःच्याच विचारांनी निर्माण करतो. काही अडचणी आपल्या मूर्खपणामुळे तर काही शरीराला शिस्त नसल्याने येतात. काही अडथळे अज्ञात कारणांमुळे येतात. इतरांची मदत मिळाली नाही म्हणून कामं झाली नाही असं अगदी क्वचित घडतं. या अडचणीदेखील लोकाचरण कसं असावं, म्हणजेच इतरांशी कसं वागावं, हे समजून न घेतल्याने येतात. अशा वेगवेगळ्या अडचणींचा बाऊ करून स्वतःचे दोष, उणिवा लपवण्याकडे माणसाचा ओढा असतो. कामं न होण्याचा ठपका तो नेहमी इतरांवर ठेवायला बघतो. कधी मित्रांवर, कधी सहकाऱ्यांवर, ग्राहकांवर तर कधी नातेवाईक तसंच परिस्थितीवरही. अहंकाराच्या आड माणसाला आपल्या चुका लपवायच्या असतात. त्यामुळेच त्याला जेव्हा कोणतंही बाह्य कारण दिसत नाही तेव्हा तो म्हणतो, 'आज कोणत्या अपशकुनी माणसाचं तोंड पाहून घराबाहेर पडलो देव जाणे... माझं एकही काम झालं नाही.'

इतरांना आरोपीच्या पिंजऱ्यात उभं करणं सोडून देऊन प्रत्येकाने स्वतःची जबाबदारी स्वतःच स्वीकारायला हवी. वरील पूर्वग्रहांमध्ये न फसता आपले अवगुण, उणिवा, त्रुटी यांना प्रकाशात आणून त्यांत बदल घडवायला हवा.

५७. तेरा तारीख अशुभ असते

नाही... एका लेखकाने जगभरात तेरा तारखेला घडलेल्या सगळ्या वाईट घटनांचं संकलन केलं आणि त्या लिहिल्या. त्या वाचल्यानंतर करोडो लोकांना वाटू लागलं, 'तेरा तारीख म्हणजे अशुभ!' पण हेच शोधकार्य इतरही तारखांच्या बाबतीत करता येईलच! प्रत्येक तारखेला जगामध्ये खून, मारामारी, हिंसाचार, अत्याचार यांसारख्या वाईट घटना घडलेल्या आहेतच. त्याचबरोबर ३६५ दिवसांतील प्रत्येक दिवशी चांगलंही काही घडलंय. 'विविध शोध लागलेत... शाळांची निर्मिती झालीय... अपराध्यांचा मृत्यू झालाय... संतांचा जन्म झालाय...' त्यामुळे कोणतीही तारीख वाईट किंवा चांगलीही नसते. तिला चांगलं किंवा वाइटाच्या साच्यात बसवणारे असतात ते केवळ आपले विचार, चुकीच्या धारणा...

५८. एखाद्याला सहा बोटं असतील तर तो भाग्यशाली असतो.

एखाद्याला शारीरिक व्यंग किंवा त्रुटी असतील तर लोकांचा त्याच्याकडे पाहण्याचा दृष्टिकोन चांगला नसतो. अशांची समाजामध्ये खिल्ली उडवली जाते. ही धारणा अशा लोकांचा आत्मसन्मान लक्षात घेऊन बनवली आहे. सहा बोटं असल्यामुळे स्वतःला कमी लेखू नये, यासाठी ही मान्यता बनवली आहे.

५९. मोठं घर, चकचकीत ऑफिस, उच्चपदस्थ नोकरी, श्रीमंत मित्र या सर्वांचा अर्थ म्हणजे सफलता! यांच्या अभावी जीवन असफल आहे.

प्रत्येकजण मनाच्या कोणत्या ना कोणत्या गैरसमजाचा आणि चुकीच्या समजुतीची शिकार असतो. चुकीच्या धारणांमुळे विकासाला खीळ पडते. पण हे पूर्वग्रह प्रकाशात येताच वायुवेगाने विकास घडतो. धारणांच्या जंजाळात अडकलेला माणूस मुक्तपणे काम करू शकत नाही. पुढील विचार त्याच्या मोकळेपणाला अडसर ठरतात :-

आज कोणता वार आहे?

आज मी केस कापू शकत नाही.

आज मी नवीन कामाची सुरुवात करू शकत नाही.

आज या रंगाचे कपडे घालू शकत नाही.

आज अशा-अशा प्रकारचं अन्न खाऊ शकत नाही.

आज या गोष्टींची (मीठ, तेल इत्यादी) खरेदी करू शकत नाही.

मनुष्य सामाजिक प्राणी असल्याने तो नेहमी लोकमताला प्राधान्य देतो. लोक काय म्हणतील? त्यांच्या मते सफलता म्हणजे काय? ते कोणाची प्रशंसा करतील? हेच विचार त्याच्या मनात सारखे सुरू असतात. गाडी, बंगला, उच्चपदीय नोकऱ्या, पद-प्रतिष्ठा, शानदार ऑफिसेस् असं भोवतालचं वातावरण पाहून, यालाच यश, साफल्य, जीवनातील यशस्विता म्हणतात, अशी तो स्वतःची समजूत करून घेतो. मनुष्य अनुकरणशील असल्याने तो जे पाहतो, तसंच बनण्याची त्याची इच्छा असते.

मनुष्य दुःख, असफलता, अपमान, प्रसिद्धी, सन्मान आणि विकास या सर्व गोष्टी लोकांच्या, समाजाच्या धारणांनुसार अनुभवतो. आत्महत्या करणारा विद्यार्थी तो असफल ठरला केवळ याच धारणेमुळे आपल्या शरीराची हत्या करतो. असफलता म्हणजे काय, हे त्याने जगाकडून ऐकलेलं असतं. तीच असफलतेची धारणा त्याला योग्य वाटून तो शरीरहत्या करतो. त्याला जर योग्य वेळी कोणाचं मार्गदर्शन मिळालं असतं तर त्याने अशी चूक कदापि केली नसती. इतरांच्या नजरेतून सफल मानल्या गेलेल्या गोष्टींनाच मनुष्य यशस्विता मानतो. आजूबाजूच्या लोकांनी जर त्याला सांगितलं, 'तू यशस्वी झालास' तेव्हा ऐकणाऱ्याला धन्य धन्य वाटतं. आपण खरोखरच सगळं काही मिळवलं, सफल आयुष्य जगलो असं त्याला वाटतं. परंतु खरी सफलता तर तीच, जिथे 'तुम्ही जे ठरवलंय, तेच केलं आणि तसंच घडलंय.' ईश्वरीय इच्छेनुसार प्राप्त केलेली सफलता, म्हणजेच खरं यश आहे.

इतर धारणा

अशाप्रकारे या धारणारूपी वृक्षाला असंख्य छोटीछोटी पानं येतात. त्या धारणा छोट्या परंतु खोट्या आहेत. मनुष्य त्यांच्यात फसून लहान-सहान गोष्टींनाही

घाबरतो. आतापर्यंत तुम्ही या पुस्तकात छोट्या छोट्या धारणांसंबंधी अनेक उदाहरणं वाचलीत. खाली आणखी काही उदाहरणं दिली आहेत, ज्यांची कारणं शोधायचा प्रयत्न तुम्ही करा. यांची कारणं जर तुम्हाला मिळाली नाहीत तर हे पुस्तक वाचत राहा. धारणांच्या मुळाशी जा आणि त्या जाणीवपूर्वक प्रकाशात आणा.

१. आयुष्य खडतर आहे, लोक वाईट आहेत.
२. एखाद्याला घरी परतायला उशीर होत असेल तर देवापाशी ठेवलेला चमचा दरवाजाला लावावा. असं केल्याने ती व्यक्ती लवकर घरी येते.
३. लग्न झालेल्या नवदांपत्याने अमावस्येच्या दिवशी बाहेर जाणं अशुभ असतं.
४. अमावस्या आणि रविवारी मुलीला सासरी पाठवीत नाहीत.
५. प्रेत आणि धोबी दिसणं शुभ तर तेली आणि विधवेचं दर्शन अशुभ असतं.
६. गुरू आणि रूबीची अंगठी घातल्याने अशुभ घडतं.
७. रात्री चुना लावू नये.
८. संध्याकाळी झोपू नये.
९. स्त्रियांनी भैरवनाथाच्या मंदिरात जाऊ नये.
१०. अमावस्येच्या दिवशी न्हाऊ नये.
११. देवळामध्ये हळद-कुंकू सांडणं अशुभ असतं.
१२. सापाच्या जोडीतील एक साप मारू नये.
१३. महत्त्वाच्या कामांना जाताना पाणी भरणारी स्त्री दिसणं शुभ असतं.
१४. दिवा विझला तर ते अशुभ असतं.
१५. नागपंचमीच्या दिवशी भाज्या चिरत नाहीत.
१६. केवळ ब्राह्मणांनीच वेदांचा, शास्त्रांचा अभ्यास करावा. इतरांना ते वाचण्याचा अधिकार नाही.

मूर्तीची पूजा केल्यानंतर, तिची चोरी होऊ नये या हेतूनं मनुष्य तिला कडीकोयंड्यात बंद करतो आणि मूर्तीची नजर चोरून स्वतः दिवसभर पापकर्म करत राहतो. पण ईश्वराला निराकार आणि सर्वव्यापी मानलं तर त्याची नजर चुकवून कोणताही मनुष्य एकसुद्धा वाईट काम करू शकणार नाही.

सकाळी मूर्तिपूजा करून दिवसभर चुकीची कर्मं करणाऱ्यांना संत कबीर सांगतात, 'पत्थर पूजे प्रभु मिले तो मैं पूँजूँ पहाड़।'

याचा अर्थ; दगडाची पूजा केल्याने ईश्वरप्राप्ती होत असेल तर मग छोटासाच दगड कशाला? मी तर पर्वताचीच पूजा करेन. ही पंक्ती आजच्या भाषेत अशा सांगता येतील –

'पत्थर बनकर पत्थर पूजे और प्रभु मिले तो मैं पूँजूँ पहाड़'

याचा अर्थ; मनुष्य मूर्तीला फुलं अर्पण करतोय, दुधाचा नैवेद्य दाखवतोय परंतु त्याचं लक्ष दुसरीकडेच आहे. 'दुकानात पोहोचायचंय... बाजारात जायचंय... हे काम करायचंय.... ते काम आहे...' अशा वेगवेगळ्या विचारांमध्येच तो गुरफटलेला असतो म्हणजे दगड बनून तोच दगडाची पूजा करतोय. पूजा करताना तो स्वतःच दगड बनलाय. त्याच्या कृतीमध्ये कोणतेही भाव नाहीयेत आणि ज्याच्या हृदयात कोणाबद्दलही काही भावना नसते, त्याला पाषाणहृदयी मनुष्य म्हणतात. अशा प्रकारच्या पूजेसाठीच वरील विधान केलं गेलंय.

भाग ३

पैशांविषयी चुकीच्या धारणा
केवळ पैसा हवाय की समज

पैशाबरोबर जेव्हा सत्य जोडलं जातं तेव्हा पैसा ईश्वरीय उपहार बनतो.

१) पैसा कमवणं कठीण आहे.
२) लोक पैसे घेतात आणि परत करत नाहीत.
३) पैसा हातांचा मळ आहे.
४) जास्त पैसा, जास्त समस्या.
५) पैसा राक्षस आहे... पैसा ईश्वर आहे.
६) पैसा येतो आणि जातोही.
७) लक्ष्मीपूजनाच्या दिवशी कुणाला पैसे देऊ नयेत.
८) पैसा येताच मित्र शत्रू बनतात.
९) जास्त कमवणारे श्रीमंत बनतात.
१०) तळहाताला खाज सुटली तर पैसा मिळतो.

११) पैसा, आनंद, वेळ हे अल्पकाळ टिकणारे असून ते वाटता येत नाहीत.

१२) ज्याच्याकडे जास्त पैसा असेल तो कमी धार्मिक.

१३) पैशाने सगळं काही विकत घेता येतं.

पैशाच्याबाबतीत लोकांच्या वेगवेगळ्या धारणा आहेत. परंतु मजेशीर नियम हा आहे, की जी गोष्ट तुम्ही मानता, तिचे पुरावे तुम्हाला मिळतात आणि जेव्हा पुरावे मिळतात तेव्हा धारणा आणखीन वाढतात. धारणा जितक्या वाढतात तितके जास्तीत जास्त पुरावे मिळत जातात... भरपूर पुराव्यांमुळे धारणांची मुळं आणखीनच घट्ट रोवली जातात आणि मग हे दुष्टचक्र अविरतपणे सुरूच राहतं... त्यातून धारणा इतकी पक्की होते, की पैसा मिळत असला तरी त्याच्यासोबत समस्याही येत राहतात.

- *'पैसा येतो आणि जातोही'* अशी समस्या काहींना असते. या धारणेमागचं खरं कारण समजून घ्यायला हवं. जो माणूस जास्त पैसे कमावतो तो श्रीमंत आणि ज्याची कमाई कमी तो गरीब असं कधीही समजू नका. जसं, एकजण बक्कळ पैसा मिळवतोय आणि मिळवलेला सगळा पैसा खर्च करून टाकतोय, त्याची बचत शून्य आहे. प्रत्यक्षात अशा माणसाला गरीबच म्हणावं लागेल. ज्याची कमाई थोडी जरी असली आणि त्याच्याकडे पैसा टिकत असेल, तो किमान १०% शिल्लक टाकू शकत असेल तर वास्तवात तो श्रीमंत आहे. 'जो पैसा वाचवू शकतो तो श्रीमंत, ज्याची कमाई जास्त आहे तो नव्हे!' 'जास्त कमाई तर जास्त पैसा' हे सत्य नसून, एक धारणा आहे.

- पैशासंबंधी आणखी एक धारणा अशीही आहे, की *'अधिक पैसा – अल्प अध्यात्म'*. म्हणजेच जास्त पैसा कमावणाऱ्याचं लक्ष अध्यात्मापासून विचलित होतं किंवा 'अध्यात्माच्या मार्गाने गेलं तर आपला पैसा कमी होईल' असा विचार ते करतात. परंतु हे सत्य नाही. प्रत्यक्षात, खऱ्या आध्यात्मिक विचारातून तुम्ही पैशांचा योग्य वापर करायला, पैशांचा आदर करायला शिकता. पैशासंबंधी असलेल्या अधिकाराच्या भावनेतून, आसक्तीपासून मुक्त होत जाता. तुम्ही पैशाचे राखणदार नव्हे, तर मालक बनता.

- कित्येक जण असंही मानतात, की *'पैसे येताच नाती बिघडतात, मित्र शत्रू*

बनतात...' काही लोक पैशाला देव मानतात... काही राक्षस समजतात... कित्येकांसाठी पैसा म्हणजे हातचा मळ असतो... प्रत्यक्षात या सगळ्या चुकीच्या समजुती आहेत. अर्धवट ज्ञानाच्या आधारे, अज्ञानापोटी अशा प्रकारची विधानं केली जातात.

मात्र पूर्ण ज्ञानाने ही समज मिळते, की पैसा हा फक्त मार्ग आहे, ध्येय नाही. त्याच्या साहाय्याने आपल्याला कुठेतरी पोहोचायचंय. क्षणभरासाठी हा विचार करा, 'तुमच्या आयुष्यात पैसा मार्ग आहे की उद्दिष्ट?' मार्ग म्हणजे त्याचा वापर करून आपल्याला कुठेतरी पोहोचायचं आहे. परंतु पैशालाच ध्येय मानणं म्हणजे फक्त पैसा कमावणंच अंतिम लक्ष्य आहे. म्हणून तुम्ही स्वतःलाच प्रामाणिकपणे विचारा, 'माझं लक्ष्य काय आहे?' ज्यांना वाटतं, पैसा हा मार्ग असून उद्दिष्ट नाही, त्यांनी आपल्या उद्दिष्टासाठी नक्कीच काम करावं. पण यासंबंधी जे अजूनही द्विधा असतील, त्यांनी अवश्य पुनर्विचार करावा. कारण हा तुमच्या आयुष्यातील एक महत्त्वपूर्ण निर्णय असेल.

- *'तळहाताला खाज सुटली की पैसे मिळतात,'* असंही काहींना वाटतं. या धारणेकडे असं पाहू या. आपण ९०% पेक्षा जास्त कामं हातांनी करतो. हातांचा आणि पैसे कमावण्याचा संबंध जोडलेला आहे. काम करणाऱ्या हातांमध्ये जेव्हा काम नसतं, तेव्हा ते दुखायला लागतात किंवा त्यांच्यात नकोशी, अप्रिय संवेदना जाणवते. तिलाच हाताची खाज म्हटलंय. अशा रिकाम्या हातांना लवकरात लवकर काम करण्याची, कामाशी जोडलं जाण्याची इच्छा असते. शिवाय काम केलं तर पैसे मिळणारच! त्यामुळे वरील धारणा बनली.

  पूर्वीच्या काळी अत्याधुनिक मशीन नसल्याने अधिकाधिक कामं हातांनीच व्हायची. परंतु आताच्या युगात हातांचे कष्ट कमी झाले आहेत. खडतर मेहनत करणाऱ्या हातांमध्येच अशा संवेदना निर्माण होतात. त्यामुळे प्रत्येक धारणा समजून घ्या, त्यांना गळ्याचा फास बनू देऊ नका.

- *'लक्ष्मी प्रसन्न आहे म्हणजे जास्त पैसे मिळत आहेत.'* सातत्याने, भरपूर पैसा मिळणं म्हणजे लक्ष्मीचा वरदहस्त लाभणं असं मुळीच नाही. येणारा पैसा जेव्हा तुमच्याकडे स्थिर राहतो, टिकतो आणि पैशाची काळजी कमी होऊ लागते, तेव्हा तुम्ही म्हणू शकता, की लक्ष्मी तुमच्यावर प्रसन्न आहे. अन्यथा

गडगंज श्रीमंती असूनही पैशाची चिंता जर तुम्हाला सतावत असेल तर याचाच अर्थ, तुम्ही श्रीमंत नसून गरीब आहात. लक्ष्मी जेव्हा तुमच्यावर प्रसन्न होते, तेव्हा तुम्ही निश्चिंतपणे आयुष्य जगता, मग तुमच्याकडे धनदौलत कमी असली तरी. कारण तेव्हा तुम्हाला खात्री असते, की आवश्यकता भासेल तेव्हा, योग्य वेळी पैसा मिळणारच. इतकंच काय पण याचे पुरावेही तुम्हाला मिळतात. गरजेच्या वेळी कुठून ना कुठून तरी पैसा मिळतोच. काहींची कमाई भरपूर असते परंतु त्यांच्याकडून पैसा ताबडतोब खर्चही होतो. याचाच अर्थ लक्ष्मी त्यांच्यावर प्रसन्न नसते.

मुळात 'पैसा' हा चुकीचा, वाईट नाही. जसं, स्वयंपाकघरातील सुरीला तुम्ही चांगलं-वाईट असं कोणतंही लेबल न लावता तिचा वापर फक्त भाज्या चिरण्यासाठी करता. काम झालं की ती जागेवर ठेवून देता. स्वतःबरोबर घेऊन घरभर फिरत नाही. तुमच्या स्वयंपाकघरात जी सुरी असते, तिला तुम्ही ही सुरी चांगली किंवा वाईट म्हणत नाही. तिने भाज्या कापता. भाजी कापल्यानंतर/ चिरल्यानंतर ती बाजूला ठेवता. शिवाय सुरीबद्दल आपण असंही म्हणत नाही, की ती स्वयंपाकघरातील मळ आहे. (जसं आपण पैशांना हातांचा मळ म्हणतो.) चोराने एखाद्यावर सुरीने वार केला तर, 'चोरासाठी सुरी जेल आहे' असं म्हणत नाही.

त्याचप्रमाणे पैशांचा उपयोग आहे. तो हातचा मळ आहे, की परमेश्वर, वा राक्षस आहे, हे सांगण्याची आवश्यकता नाही; तर त्याचा योग्य वापर करण्याची गरज आहे. पैशाच्याबाबतीत जी मालकी (आसक्ती) तयार होते, ती होता कामा नये. अन्यथा लोकांनी त्यांच्या चारही बाजूंना, 'हे माझं... ते तुझं... हा माझा देश... तो तुझा देश... हे माझं झाड... ते तुझं झाड...' अशा सीमारेषा आखून जे कुंपण घातलंय, त्यामुळे 'सगळं काही भरपूर असूनही' कमीच भासतं. सर्वत्र अभावाची भावना निर्माण होते. पृथ्वीवर जितकी फळं आहेत ती जर सगळ्यांना वाटली तर कोणालाच अन्नाची कमतरता राहणार नाही. फक्त त्या गोष्टीवरचा अधिकार, मालकी हक्क नाहीसा व्हायला हवा. ईश्वराने सर्वांसाठी सगळं काही भरपूर बनवलंय...

भाग ४

बालक-पालक धारणा
आदर्श पालक कसे व्हाल

> तुमच्या माध्यमातून मूल या जगात आलंय; पण त्याच्यावर मालकी हक्क गाजवू नका.

या अध्यायात मुलांच्या संगोपनासंबंधी पूर्वापार चालत आलेल्या भ्रामक कल्पनांचा ऊहापोह केला आहे. बहुतांश माता-पित्याप्रमाणे तुमचेही विचार याच धारणांवर आधारित नाहीत ना... हे जरा बारकाईने पाहा.

सगळेच आई-वडील स्वतःसाठी आणि आपल्या मुलांसाठी सर्वसाधारण काही नियम बनवतातच आणि त्यानुसारच ते मुलांबाबत विचार करतात, त्यांना उपदेश करतात.

१) शेजाऱ्याच्या मुलाने जर तुझ्याशी वादविवाद किंवा भांडण केलं तर तो भांडकुदळ स्वभावाचा आहे, असं समज.

२) **समजूतदारपणाने वाग. तुझ्या खेळण्यांची मोडतोड करू नकोस.**

३) **मी तुझा बाप आहे. त्यामुळे तुझ्यासाठी योग्य काय आणि अयोग्य काय, हे मला चांगलंच कळतं.**

४) **मुलांच्या तुलनेत मुलींचं संगोपन करणं अधिक सोपं असतं.**

५) **आमच्या काळातील गोष्टच वेगळी होती, आजकाल किशोरवयीन मुलांना सांभाळणं खूपच अवघड आहे.**

आईवडिलांनी अशा प्रकारच्या धारणा बनवण्याचं कारणं म्हणजे, मुलांच्या संगोपनासंबंधी असलेले नानाविध पूर्वग्रह! या भागात अशा बारा धारणांचा उल्लेख केला आहे, ज्यांची मुळं खूपच खोलवर रुजलेली आहेत. या धारणांमुळेच मनुष्य 'आदर्श पालक' बनू शकत नाही.

१. **मुलांचं वागणंबोलणं, विचार, प्रतिक्रिया आपण गंभीरपणे घेऊ नयेत. कोणत्याही गोष्टीचा त्यांच्यावर खोलवर परिणाम होत नाही. कारण एखादी गोष्ट योग्य प्रकारे समजून घेण्याइतके ते परिपक्व नसतात.**

मुलांना मारहाण करणं चुकीचंच आहे. परंतु कित्येक आईवडील शारीरिक घावांपेक्षाही जास्त मानसिक घाव घालतात. इतरांशी तुलना करून टोमणे मारतात. आईवडिलांनी मुलांच्या भावना दुखावल्या तर त्याचा मुलांवर किती गंभीर परिणाम होतो, याची तुम्ही कल्पनाही करू शकणार नाही. आपल्या मुलांचं शारीरिकच नव्हे तर भावनिक नुकसानही होऊ नये यासाठी एक पालक म्हणून तुम्ही काळजी घ्यायला हवी, सतर्क राहायला हवं.

मुलं अत्यंत संवेदनशील असतात. त्यांना सांगितलेलं सर्वकाही व्यवस्थित समजतं. म्हणूनच मुलांना काहीही सांगण्यापूर्वी त्यावर अवश्य विचार करा. एका उदाहरणाच्या साहाय्याने ही बाब आणखी चांगली समजून घेता येईल.

एक आई आपल्या मुलाला सांगते, 'संध्याकाळी आपल्या घरी पाहुणे येणार आहेत, त्यांच्यासमोर नीट वाग' आणि खरोखरच संध्याकाळी पाहुणे येतात! काही

दिवसांनी आई म्हणते, 'आज पाऊस येईलसं वाटतंय' आणि खरंच... संध्याकाळी पाऊस येतो. पाऊस आल्यावर मुलाला आईच्या बोलण्याची आठवण येते आणि 'आई जे बोलते ते खरंच ठरतं', असा विचार त्याच्या मनात येतो. त्यानंतर आईचं प्रत्येक बोलणं, तिची प्रत्येक कृती त्याला योग्यच वाटू लागते.

एकदा मुलाच्या हातून काहीतरी चूक घडते. रागाच्या भरात त्याला मारताना आई म्हणते, 'तू नंबर एकचा बेकार आणि नालायक मुलगा आहेस.' यावर त्या मुलाची प्रतिक्रिया काय असेल असं तुम्हाला वाटतं? निश्चितच तो आईचं हे बोलणंदेखील नेहमीसारखंच खरं मानेल. आईचं हे वाक्य त्याच्या मनात इतकं रुजेल की मोठेपणीही कदाचित तो स्वतःला कुचकामी मानेल. पुरेशा आत्मविश्वासाने तो वावरू शकणार नाही. त्यामुळे त्याच्या निर्णयक्षमतेवरही परिणाम होईल. यातूनच त्याला नैराश्य जाणवेल.

२. मी आपल्या मुलाला असं प्रेम देईन, जे मला कधी मिळालं नाही.

३. मी माझ्या मुलावर तसंच प्रेम करेन, जसं माझे आईवडील माझ्यावर करत होते.

परंतु प्रत्येक मुलाच्या गरजा वेगवेगळ्या असतात. प्रत्येकाची स्वतःची अशी लव्हबँक असते. ही बँक वेळोवेळी भरण्याची नितांत आवश्यकता असते. काही मुलांना आईवडिलांनी प्रेमानं जवळ घेतलेलं आवडतं. त्यांच्या स्पर्शातून ते सुरक्षितता अनुभवतात, तर काहींची इच्छा असते, आईवडिलांनी आपल्याबरोबर खेळावं, आपल्याला वेळ द्यावा. त्यांची उपस्थिती हेच मुलांसाठी प्रेम असतं. तर काहींना भेटवस्तू हव्या असतात. आपली खेळणी, गॅजेटस् त्यांना कायम स्वतःजवळच हवी असतात, तर काही मुलांना आईवडिलांशी बौद्धिक चर्चा करायला, गप्पा मारायला आवडतं. वेगवेगळे प्रश्न विचारून ते सतत नवनवीन गोष्टी शिकण्याचा प्रयत्न करतात.

तुमच्या मुलाच्या आवश्यकतेनुसार तुम्ही त्याला प्रेम देण्याअगोदर तो वर सांगितल्यापैकी कोणत्या श्रेणीत मोडतो आणि त्याच्या गरजा कोणत्या, हे समजून घ्यायला हवं. तुमच्या संकुचित विचारांमध्ये मुलाला कैद करण्याचा प्रयत्न केलात तर तो तुम्हाला कदाचित विरोध करेल किंवा मोकळेपणाने स्वतःच्या भावना व्यक्त करू शकणार नाही.

अशा परिस्थितीत सगळ्यात दुर्दैवाची बाब ही असेल, की तो स्वतःच्या क्षमता पूर्णपणे कधीच ओळखू शकणार नाही. शिवाय तुमच्या मुलांना काय हवंय, याबाबत तुमचे काही गैरसमज असतील आणि प्रत्यक्षात मुलाला वेगळ्याच गोष्टीची अपेक्षा असेल. म्हणूनच सर्वप्रथम मुलाच्या गरजा समजून घेऊन मगच त्याला जे हवंय, ते सगळं द्या.

४. मुलांना शिस्तीचा बडगा दाखवू नये.

५. मुलांना जास्त प्रेम देऊ नये.

निसर्गाने ठरवून दिलेल्या भूमिकेनुसार बघितलं तर पित्याचं काम आहे, मुलांच्या जीवनाचा पाया भक्कम बनण्यासाठी त्यांना तयार करणं आणि आईचं कार्य आहे मुलांना प्रेम, हळुवारपणा यांची जाणीव देणं. चांगला माणूस बनण्यासाठी मुलांवर प्रेम करणं जितकं गरजेचं असतं, तितकंच त्याची विवेकबुद्धी आणि गुणांचा विकास करण्याचीही आवश्यकता असते. योग्य वेळी, योग्य प्रमाणात प्रेम आणि शिस्त दोन्हीही गरजेचं आहे.

६. मुलांचं संगोपन करणं हे जगातील सर्वांत अवघड काम आहे. त्यामुळे मुलं जन्माला न घालणं हाच यावरचा उपाय आहे. जेणेकरून त्यांची जबाबदारी घ्यावी लागणार नाही.

७. मोठेपणी मुलं आपल्या आईवडिलांची काळजी घेणार नसतील तर त्यांना लाडाकोडात वाढवण्यात काय अर्थ?

मुलांचं संगोपन करून त्यांचं चारित्र्य घडवणं हे एक पवित्र कार्य आहे. हे विश्व आणखी सुंदर बनवण्यासाठी स्वतःचं योगदान देऊ शकणारा नागरिक, आईवडील मुलांच्या माध्यमातून घडवत असतात. त्यामुळे हे काम आनंदाने आणि निःस्वार्थ भावनेनं घडावं. शिवाय यानिमित्ताने आईवडील स्वतःमध्ये करुणा, सेवा आणि धैर्य यांसारखे गुणही विकसित करू शकतात. आईवडील म्हणून आपल्यामध्ये असणाऱ्या निर्व्याज प्रेमाचा अनुभव घ्यावा, खऱ्या प्रेमाचं दर्शन करावं, हादेखील मुलांच्या संगोपनाचा एक प्रमुख उद्देश आहे.

८. **मुलांचा शैक्षणिक विकास कसा होईल हे ठरवणं, ही आईवडिलांची मुख्य जबाबदारी आहे.**

मुलांमध्ये सकारात्मक जीवनमूल्यांचा विकास करणं हे आईवडिलांचं प्रमुख कर्तव्य आहे. पालक म्हणून तुमचं सगळ्यात महत्त्वाचं कार्य म्हणजे, मुलांचं चारित्र्य घडवणं.

सगळीच मुलं ही कोऱ्या कॅनव्हाससारखी असतात. या शुभ्र कॅनव्हासवर आईवडील त्यांच्या समजेनुसार काही रंग भरतात. पालकांनी त्या कॅनव्हासवर कोणत्या रंगांनी रेखाटलंय, यावर मुलांचं वर्तन आणि जीवन ठरतं. मुलांच्या प्रगतीसाठी त्यांचा शैक्षणिक विकास होणंही तितकंच महत्त्वाचं आहे. तरीही आईवडिलांचं आद्य कर्तव्य, मुलांचा संपूर्ण विकास करणं हे आहे. त्यातूनच मोठेपणी परिपूर्ण मानवाची निर्मिती होईल.

९. **मुलांमध्ये नैतिकता आणि आध्यात्मिक मूल्यांचा विकास करण्यासाठी त्यांना लहान वयापासूनच धर्मग्रंथांची शिकवण द्यायला हवी.**

आपल्या मुलांना अध्यात्माचं शिक्षण देण्याऐवजी त्यांना संवेदनशील बनवा. 'आनंद आणि शांतता' ही त्यांच्यासाठी सर्वांत अमूल्य भेट आहे, जी तुम्ही तुमच्या मुलांना देऊ शकता. तुमचं वागणं नेहमीच संतुलित असतं आणि तुमचा प्रत्येक निर्णय तुम्ही शांतपणेच घेता, असं मुलांना पाहण्याची, समजून घेण्याची संधी द्या. तुम्हाला पाहून त्यांच्यातदेखील हा गुण आपोआपच येईल. त्यासाठी त्यांना शिकवण्याची गरज पडणार नाही. मुलांना लहान वयातच आध्यात्मिक उपदेश दिले तर त्यांना ते समजणार नाहीत.

तुम्हाला मुलांना जे शिकवायचंय, ते आत्मविकासातून शिकवा. एकाग्रता, इच्छाशक्ती, ध्यान केंद्रित करण्याची आणि संवाद साधण्याची कला यांसारख्या गुणांबाबत त्यांच्याशी चर्चा करा. तसंच त्यांना आत्मशक्ती, क्षमता आणि एखाद्या गोष्टीची उकल करण्याची कला यासंबंधी सांगा. ज्या गुणांचा विकास मुलांमध्ये व्हावा असं वाटतं, ते गुण आधी स्वतःमध्ये विकसित करा. तुमची शिकवण्याची पद्धत समजून घेऊन मुलं स्वतःचा विकास करू शकतील अशी संधी त्यांना द्या.

आईवडिलांचा मुलांवर खोलवर प्रभाव असतो. मुलं आईवडिलांचं प्रतिबिंब

असतात. इतर मुलांप्रमाणे तुमचं मूलही आजूबाजूच्या गोष्टींची पुनरावृत्ती करतं. आईवडील, शिक्षक, नातेवाईक यांचं बोलणं, कृती, सवयी तसंच काम करण्याच्या पद्धती पाहून मूल प्रत्येक क्षणी काही ना काही शिकत असतंच. फक्त आवश्यक ती परिपक्वता नसल्याने मुलांना विश्लेषण करता येत नाही. एवढंच! म्हणूनच ते जे बघतात, ते जसंच्या तसं अंगीकारतात.

क्षणभर कल्पना करा, की तुमची मुलं मोठी होऊन स्वतः आईवडील बनतील, तेव्हा त्यांच्या मुलांसमोर स्वतःची छबी कशी असावी, असं त्यांना वाटेल? त्यांनी ज्या धारणांवर आयुष्यभर विश्वास ठेवला त्याबाबतच ते आपल्या मुलांना विश्वास ठेवायला शिकवतील. अशा तऱ्हेने नकळतपणे त्यांच्या सर्व वृत्ती मुलांमध्ये उतरतील. आपल्या आईवडिलांच्या वागण्यात चूक-बरोबर असं विश्लेषण मुलं करू शकत नाहीत. 'माझे आईबाबा जसं वागतात तेच बरोबर आहे आणि तसंच वागायचं असतं' असा त्यांचा विचार असतो.

१०. **माझी मुलं या जगात माझ्यामुळे आलीत, त्यामुळे मला त्यांची काळजी वाटायलाच हवी.**

११. **माझ्या मुलांवर माझा हक्क आहे. मुलं जोपर्यंत माझ्याबरोबर राहतात, तोपर्यंत माझ्या सांगण्यानुसारच त्यांनी वागायला हवं.**

आईवडिलांना मुलांची काळजी वाटणं साहजिक आहे. परंतु या काळजीचं ओझं वाटता कामा नये. मुलांची चिंता करताना स्वतःला दुःखी करू नका. आयुष्यातील आव्हानांना हसतमुखानं सामोरं जाताना हा विश्वास बाळगा, 'आव्हानांना धैर्यानं तोंड देऊन तुम्ही आणखी सशक्त आणि समजूतदार व्हावं यासाठीच जीवनात संकटं येतात.' तुम्ही चुंबक बनून आनंदात उपस्थित राहा. त्यामुळे तुमच्या जीवनात केवळ चांगल्याच गोष्टी येतील. निरर्थक चिंता केल्याने आयुष्य पितळेच्या मोलाचं बनतं.

खलील जिब्रान म्हणतो, 'तुमच्या मुलांना या जगामध्ये आणण्यासाठी तुम्ही केवळ एक माध्यम आहात, कारण नाही.' तुमच्या मुलांचे तुम्ही मालक नाहीत आणि तेदेखील तुमचे ऋणी नाहीत. तुमच्या प्रतिसादावर असणारं तुमचं नियंत्रणच तुम्ही किती योग्य पालक बनला आहात, हे दर्शवतं.

१२. माझ्या मुलांना सर्वश्रेष्ठ शिक्षण मिळावं, तसंच माझी मुलं हुशार, बुद्धिमान निपजावीत याचा विचार मी कोणत्याही परिस्थितीत करायलाच हवा.

मुलांना सर्वश्रेष्ठ शिक्षण मिळायला हवं, अशी इच्छा बाळगणं योग्यच आहे. तरीही, मुलांमध्ये शिकण्याची कला विकसित करणं हे सर्वांत महत्त्वाचं आहे. शिकायचं कसं, हे जेव्हा मुलं शिकतात; तेव्हा ती प्रगतीची नवनवीन शिखरं गाठतात. शिकण्याची कला ही केवळ शैक्षणिक जीवनापर्यंतच मर्यादित राहात नाही, तर ती संपूर्ण जीवनासाठी म्हणजेच - शारीरिक, मानसिक, सामाजिक, आर्थिक आणि आध्यात्मिक पैलूंमध्येही उपयोगी पडते. या पैलूंच्या एकत्रीकरणातूनच जीवन संपूर्ण आणि परिपूर्ण बनते.

मुलांमध्ये शिकण्याची कला विकसित करा. तुमच्याकडे पाहून ते शिकू शकेल असा नैतिकतेचा, आध्यात्मिक जीवनाचा मार्ग त्याला दाखवा. 'दुःखमुक्त जीवनाचं वरदान आणि पृथ्वीतलावरील आपलं अंतिम लक्ष्य ओळखून ते प्राप्त करणं', यापेक्षा तुमच्या मुलांसाठी मौल्यवान भेट ती कुठली?

भाग ५

प्रार्थनेबाबतच्या गैरसमजुती
समजेसह प्रार्थना कशी करावी

अज्ञानाच्या
अंधकारात दोरी
वाटते साप
अंधश्रद्धा
बाळगल्यास
पुण्यही वाटते
पाप अज्ञानरूपी
अंधार दूर करा
समजेने
पूर्वग्रहांतून व्हा
मुक्त, शुद्ध
प्रार्थनेने .

प्रार्थना सफळ होत नाहीत, असं मुळीच नाही. प्रार्थना नक्कीच ऐकली जाते परंतु व्यक्तीला मात्र वाटतं, मनासारखी गोष्ट घडली तरच आमची प्रार्थना ऐकली गेली. त्यामुळे मदत मिळूनही आपली प्रार्थना फळाला आली नाही असं तिला वाटतं. व्यक्तिगत अपेक्षेतून मनुष्य फळाची आशा करतो. यासाठी प्रार्थनेचं योग्य महत्त्व जाणून प्रार्थनेविषयीच्या गैरसमजुतींतून बाहेर पडण्याची नितांत आवश्यकता आहे.

प्रार्थनेबाबत असणाऱ्या गैरसमजुती

१. प्रार्थना मोठी असावी आणि त्यामध्ये संस्कृत श्लोक किंवा विशिष्ट शब्द असावेत.

प्रार्थनेमध्ये शब्द नव्हे तर भावनेचं महत्त्व सर्वाधिक आहे. कारण भावनेच्या शक्तीनेच प्रार्थना सफळ होतात; केवळ शब्दांच्या फुलोऱ्याने त्या कधीच पूर्ण होत नाहीत. काहींच्या मते, 'कर्म तसं फळ' असं असतं. परंतु कर्मामुळे फळ मिळत नसून कर्म करताना त्यामागे जी भावना आहे, त्याचंच फळ मिळतं. तुम्ही काय करताय, यापेक्षा ते कोणत्या भावनेनं करत आहात, हे जास्त महत्त्वाचं आहे.

एखाद्याने जर एक लाख रुपये दान केले तर इतरांना वाटेल, 'हा मनुष्य किती दानशूर आहे, याला आता विपुल फळ मिळणार.' परंतु प्रत्यक्षात त्या दानामागे काही वेगळेच भाव आहेत. दान करणारा विचार करत असतो, 'काय कटकट आहे... मला तर नाइलाजाने दान करावं लागतंय. गेल्या वेळेस दिल्यामुळे आता नाही म्हणता येत नाहीये. शिवाय नाही म्हटलं, तर लोक काय म्हणतील?' अशा प्रकारे या माणसाला इतरांकडून सन्मान मिळवण्याच्या हव्यासापोटी नाइलाजाने दान करावं लागतंय. त्याच्या देण्यामागे 'नाइलाज' हा भाव आहे. तर दुसरीकडे दहा रुपयांचं दान करणाऱ्या माणसाचे भाव आहेत, 'माझ्याकडे जर जास्त धन असतं तर मी आणखी दिलं असतं. जेणेकरून जास्तीत जास्त लोकांना लाभ मिळाला असता. पण फूल ना फुलाची पाकळी या दहा रुपयांची काही ना काही मदत होईलच...' अशा प्रकारच्या भावनेचं फळ येतं.

एक शेतकरी दररोज एका पुस्तकात पाहून प्रार्थना करायचा. प्रार्थना वाचलीच नाही असा त्याचा एकही दिवस गेला नाही. एके दिवशी तो प्रवासाला निघाला. वाटेत त्याला अचानक प्रार्थना करावीशी वाटली. पण त्याचवेळी आपण पुस्तक विसरलोय हे त्याच्या लक्षात आलं. मग त्याने प्रार्थना केली, 'हे ईश्वरा, माझी स्मरणशक्ती कमजोर आहे. पण तुला तर मी केलेल्या सगळ्या प्रार्थना आठवतच असतील. आता मी तीन वेळा वर्णमालेतील क, ख, ग...ज्ञ ही सगळी अक्षरं सावकाश म्हणतो. त्यातून तू प्रार्थना समजून घे.'

मग त्याने वर्णमालेचं उच्चारण केलं. इकडे देव आपल्या दूताला म्हणाला, 'आजपर्यंत माझ्याकडे कितीतरी प्रार्थना आल्या. परंतु आजची प्रार्थना सर्वोत्तम आहे.'

अशा प्रकारे, क्रियेमधील कर्म चांगलं परंतु अंतर्यामी भाव वाईट असेल तर ते तसंच फळ आणणार, आपण जर बाह्यकर्म चांगलं केलं, तर त्याचं फळही उत्तमच मिळणार, असं नाही. कर्माचं फळ मिळत नसून, त्यामागे जो भाव आहे, त्याचं फळ मिळतं, तेव्हा शुद्ध प्रार्थनेने हवं ते मिळवा.

२. **प्रार्थनेत केवळ उच्च बाबींचीच मागणी करता येते.**

प्रार्थनेच्या साहाय्याने आपण मनमानी कारभार करू शकतो, हे पूर्णत: चुकीचं आहे. कारण प्रत्येक मनुष्य लोभ, लालसा आणि वैयक्तिक स्वार्थापोटी प्रार्थना करतो. पण शुद्ध प्रार्थनेच्या शेवटी मात्र नि:स्वार्थ भावना उरतात.

जसं, आपल्या मुलात आईवडील चांगले गुण विकसित करण्याचा प्रयत्न करतात. त्याच्यापेक्षा छोट्या भावंडांची मदत करायला, त्याला स्वतःच्या हिश्श्याचं थोडंसं खायला द्यायला सांगतात. परंतु मुलाला ते मान्य नसतं. ते विचारतं, 'माझ्याकडचं दिलं तर माझा हिस्सा कमी नाही का होणार?' त्यावर वडील म्हणतात, 'तू जर त्याला तुझ्यातलं थोडंसं दिलं तर मी तुला मोठ्ठं चॉकलेट देईन.' चॉकलेटच्या लोभापायी तो आपल्या भावाला, आपल्या हिश्शातील काही भाग देतो आणि मोठं चॉकलेट मिळवतो. अशा प्रकारे तो हळूहळू देण्यातला आनंद, एखाद्याला मदत करण्याचा आनंद अनुभवू लागतो. त्यानंतर कोणत्याही लोभाशिवाय, हव्यासाशिवाय चांगलं काम करण्याचा त्याचा गुण वाढत जातो.

प्रार्थनेमध्ये सुरुवातीला प्रापंचिक गोष्टींची मागणी होते. ती पूर्ण झाल्यानंतर विश्वास वाढतो. प्रार्थनेतून पूर्ण होणाऱ्या छोट्या छोट्या मागण्या, परिणाम जेव्हा मनुष्याला आश्चर्यचकित करतात, तेव्हा तो विचार करतो, संपूर्ण जीवन मी याच गोष्टी मागत राहणार की यापेक्षाही उत्तम गोष्टी आहेत? ज्याच्याकडे मी प्रार्थना करतोय, त्याचीच मागणी मला करता येईल का? अल्लाउद्दिनच्या दिव्याला, अल्लाउद्दिनचा आणखी एक दिवा मागता येईल? तसं झालं तर अल्लाउद्दिनचा दिवा हरवण्याची भीतीच नाहीशी होईल. नाहीतरी, 'मिळालेल्या दिव्याची चोरी तर होणार नाही ना' अशी कायमची टांगती तलवार डोक्यावर असतेच. अशा प्रकारे अल्लाउद्दिनच्या दिव्याकडे आणखी एका दिव्याची मागणी

करण्यापर्यंत हा विश्वास वाढवता येतो आणि प्रार्थनेच्या शक्तीद्वारे आपण प्रत्येक गोष्ट प्राप्त करू शकतो.

३. **प्रार्थनेसाठी विशिष्ट आसनाची, विशिष्ट स्थानाची, विशिष्ट वेळेची आणि खास वातावरणाची आवश्यकता आहे.**

प्रार्थनेसाठी कोणतीही वेळ, कोणतंही आसन, कोणतंही स्थान योग्य आहे. पण मानसिक अवस्था तयार करण्यासाठी सुरुवातीला काही गोष्टी साहाय्यक ठरतात. जसं कोणी विचारलं, 'सेवा कशी करावी?' तर त्याला सांगितलं जातं, तुम्ही जी सेवा करत आहात, त्यामध्ये भाव महत्त्वपूर्ण आहेत. तरीही एखादा वाणीमध्ये माधुर्य, शारीरिक हालचालींत विनम्रता आणत असेल तर या गोष्टी सेवा भाव तयार करण्यासाठी त्याला मदत करतील.

प्रार्थनेत मूळ गोष्ट म्हणजे 'भाव'. बाह्य कृती आपले भाव सकारात्मक बनवण्यासाठी कारणीभूत ठरते. स्नान करून प्रार्थना करा किंवा स्नान न करता, दोन्हींचं फळ मिळणार आहेच. पण जेव्हा अंघोळ करून प्रार्थना केली जाते तेव्हा भाव तयार होण्यासाठी मदत होऊ शकते. म्हणूनच अमुक अमुक प्रकारे कर्मकांड, पूजा, प्रार्थना व्हाव्यात अशा खूप प्रथा बनल्या. परंतु कोणतंही कर्मकांड न करता भावपूर्ण प्रार्थना केली तर तिचं फळ नक्कीच मिळेल.

सुरुवातीला या गोष्टींची आवश्यकता वाटू शकते. जसं, एखाद्याला सकाळ-संध्याकाळ-रात्र यांपैकी विशिष्ट वेळीच प्रार्थना करण्याची सवय असेल तर त्याने तसं करावं. परंतु, 'आत्ता सकाळ नाही म्हणून मी प्रार्थना करणार नाही' असा विचार कोणी करू नये. प्रार्थनेसाठी कोणतीही वेळ, कोणतंही आसन, कोणतंही स्थान योग्य आहे.

४. **संकटामध्ये प्रार्थना केली, देवाचा धावा केला तर आपल्या कल्पनेनुसार देव मदतीसाठी धावून येतो.**

लोक ईश्वरप्राप्तीसाठी प्रार्थना करतात आणि त्यांच्या प्रार्थनेमुळे प्रभावित होऊन ईश्वर दर्शनही देतो. परंतु ईश्वराप्रति प्रत्येकाची कल्पना वेगवेगळी असते. त्यांना

वाटतं, चित्रपटात, टीव्हीवरील कार्यक्रमात, रामायण, महाभारतात दाखवल्या जाणाऱ्या रूपांप्रमाणे ईश्वराचा साक्षात्कार होईल. मनुष्य स्वतःच्या कल्पनेनुसार ईश्वराचं चित्र रंगवतो. त्याला वाटतं, अमुक-अमुक वेशभूषा धारण केलेल्या रूपात ईश्वर मला दिसेल आणि मदत करेल. याच कल्पनेमुळे ईश्वराने त्याला वेगळ्या प्रकारे मार्गदर्शन केलं तर तो ओळखू शकत नाही आणि ईश्वरालाच दोष देत राहतो. कारण त्याला आपल्या प्रार्थनापूर्तीचा पुरावा स्व-कल्पनेच्या आधारवरच हवा असतो.

एकदा एका गावात पूर आला. तेव्हा आपला जीव वाचवण्यासाठी सगळेच धावाधाव करू लागले. मार्ग मिळेल तिकडे गावातले लोक धावत सुटले. त्याच गावात ईश्वराचा एक भक्तदेखील राहत होता. त्याची ईश्वरावर नितांत श्रद्धा होती. या संकटात त्याने ईश्वराचा धावा सुरू केला, 'हे ईश्वरा मला वाचव!'... तितक्यात तिथून पोहत जाणाऱ्या माणसांपैकी एकाचं लक्ष त्या ईश्वरभक्ताकडे गेलं. आपल्याकडचा दोर त्या माणसाकडे भिरकवणार तितक्यात तो म्हणाला, 'नाही, मी येणार नाही, तुम्ही जा. माझा ईश्वर मला वाचवेल, मला पूर्ण विश्वास आहे.' थोड्या वेळाने पाणी आणखी वर चढलं. तरी या माणसाची प्रार्थना सुरूच होती. त्याचवेळी काही माणसं छोट्याशा नावेतून स्वतःचा जीव वाचवत तिथून चालली होती. त्यांनीदेखील त्या भक्ताला आवाज दिला. परंतु तो काही त्यांच्याबरोबर जायला तयार होईना. त्याचं म्हणणं एकच होतं, 'माझा ईश्वर मला वाचवण्यासाठी नक्की येईल.'

आता पाणी जोरात वाढू लागलं तेव्हा तो आपल्या घराच्या छतावर जाऊन बसला. थोड्या वेळानंतर काही सैनिक हेलिकॉप्टरमधून आले. त्याच्या मदतीसाठी त्यांनी शिडी सोडली. परंतु तो आपल्याच हट्टावर अडून राहिला आणि शेवटी पाण्यात बुडून मरण पावला. मृत्यूनंतर त्याने ईश्वराकडे तक्रार केली, 'हे ईश्वरा, तू माझा विश्वासघात का केलास, मला वाचवायला का आला नाहीस?' तेव्हा ईश्वरानं उत्तर दिलं, 'वत्सा, मी तर तुला तीन वेळा वाचवण्याचा प्रयत्न केला. पहिल्यांदा दोर देऊन, दुसऱ्या वेळी नाव देऊन आणि तिसऱ्यांदा शिडी देऊन.

पण तू मला ओळखलं नाहीस, एवढंच काय पण माझा हात धरायला ही तयार झाला नाहीस. ईश्वराच्या मदतीकडे तू स्वतःच्या कल्पनेतून बघितलं आणि म्हणूनच मी तुझ्यासमोर असूनही तू मला ओळखलं नाहीस.' हे ऐकल्यानंतर त्या भक्ताला स्वतःच्या चुकीची जाणीव झाली.

गोष्टी काल्पनिक असल्याने त्यांना कोणी खरंही मानत नाही. परंतु आपण अशा गोष्टींमध्ये अडकू नये, भरकटू नये यासाठी ही उदाहरणं साहाय्यक ठरतात. समस्या आल्यावर लोक ईश्वराला प्रार्थना करतात आणि म्हणतात, 'आता तूच ती समस्या योग्य प्रकारे सोडवू शकशील.' पण जेव्हा खरोखरच कोणी मदत करायला पुढे सरसावतं, तेव्हा त्याला (ईश्वराला) ते ओळखू शकत नाहीत.

एक सैनिक खूप संकटांचा सामना करून आपल्या घरी येतो. आल्यानंतर घरच्यांना आपल्या प्रवासाची हकिकत सांगतो. वाळवंटात त्याचा मार्ग कसा हरवला... तो किती भरकटला... पाण्यासाठी कसा तळमळला... अथक प्रयत्नांनंतरही त्याला वाट कशी सापडली नाही... आणि त्यानंतर शेवटचा उपाय म्हणून त्याने ईश्वराला प्रार्थना केली, की 'हे परमेश्वरा, आता तूच मला वाचव, तूच माझं रक्षण कर, तूच मला योग्य मार्गदर्शन कर.' घरातील माणसं श्वास रोखून या सर्व गोष्टी ऐकत राहिली. त्यांनी आतुरतेनं विचारलं, 'मग देव तुझ्या हाकेला धावला का? त्यानंच तुला वाचवलं ना!' यावर त्या माणसानं उत्तर दिलं, 'नाही ना!... देव येण्याआधीच एक अनोळखी माणूस आला आणि त्याने मला मार्ग दाखवला.'

आता त्याला हे माहिती नाही, ईश्वराची मदत करण्याची पद्धत कशी असते. तो अनोळखी माणूस तिथे अचानक कसा पोहोचला? कोणत्या प्रेरणेने त्या परक्या माणसाने मदत केली? या सर्व प्रश्नांवर मनन केलं तर तुमच्या लक्षात येईल, ईश्वरच विविध रूपांत त्या सैनिकाला मदत करत होता.

५. दररोज एकच प्रार्थना करायला हवी.

प्रार्थना असं औषध आहे, ज्याचा अत्यंत शक्तिशाली प्रभाव आपल्या शरीरावर, मनावर आणि बुद्धीवर होतो. प्रार्थना सगळेच करत आहेत परंतु प्रार्थनेबरोबर काय करायला हवं, हे खूप कमी लोकांना माहिती असतं. जसं, औषधाबरोबर

असणाऱ्या सूचना - ते किती वेळा, किती चमचे घ्यायचं, हे काही लोकांना समजत नाही. त्याचप्रमाणे लोक ईश्वराशी संपर्क तर करताहेत, प्रार्थना तर करत आहेत पण त्या प्रार्थनेमध्ये काय जोडण्याची आवश्यकता आहे, हे न जाणल्याने प्रार्थनेचा परिणाम होत नाही. कारण वेळ-काळानुसार प्रार्थनेत योग्य तो बदल करण्याची गरज असते.

जसं, रात्री वडील आणि मुलगा दोघंही प्रार्थना करतात. वडील मुलाला विचारतात, 'कोणती प्रार्थना केलीस?' मुलगा म्हणतो, 'मी देवाला सांगितलं, की मोठेपणी मला माझ्या वडिलांसारखं बनव.' मुलाची प्रार्थना ऐकताच वडील आपली प्रार्थना बदलतात, 'हे ईश्वरा, माझा मुलगा माझ्याबद्दल जसा विचार करतोय, तसंच मला बनव.' म्हणजेच मुलाकडून काही ऐकल्यानंतर वडिलांनी त्यांची प्रार्थना बदलली. अशाप्रकारे प्रत्येक परिस्थिती आणि समजेप्रमाणे प्रार्थना बदलतात.

सुरुवातीला प्रार्थना एखाद्या लालसेपोटी होईल, तीदेखील पूर्ण होते. नंतर त्यापेक्षाही उच्च गोष्ट मागावीशी वाटेल. जसं, प्रार्थनेत कोणीतरी काड्यापेटीची काडी मागतं आणि मग त्याला समजतं, खरंतर मला एकेक काडी मागण्याऐवजी अख्खी काड्यापेटीच मागता आली असती. काड्यापेटीचं संपूर्ण दुकान नाही का मागता येणार... पुढे जाऊन काड्यापेटीची फॅक्टरीदेखील मिळू शकेल. ही समज प्राप्त झाल्यानंतर माणसाला प्रत्येक विषयात अधिकाधिक प्रावीण्य मिळत जातं. वारंवार केलेल्या उजळणीने ती गोष्ट त्याच्यासाठी सहज, सोपी बनते. मग तो विचार करतो, या शक्तीचा वापर आणखी किती चांगल्या प्रकारे करता येईल? यामध्ये कोणत्या गोष्टी जोडल्याने भावनेचा प्रभाव कमी किंवा जास्त होईल? अशा प्रकारे प्रयोगागणिक ही प्रार्थनेची शक्ती खूप मोठं काम करू शकते, हे त्याला समजतं. उदाहरणार्थ, दोरी साप वाटली तर मनुष्य काठीसाठी प्रार्थना करेल आणि 'दोरी म्हणजे साप नाही' हे समजताच तो टॉर्चसाठी प्रार्थना करेल. अशा प्रकारे प्रसंगानुरूप प्रार्थना बदलतात.

पुजारी : बाबाजी, दगडाच्या मूर्तीमध्ये देव आहे की नाही?

गुरू नानक : हो, हो. का नाही... तो सर्वव्यापक आहे त्यामुळे मूर्तीमध्येही आहे.

पुजारी : मग मूर्तिपूजेत दोष तो कसला? मूर्ती समोर असते तेव्हा तिच्या ठायी मन लवकर एकाग्र होतं. ती मूर्तीची नव्हे तर ईश्वराचीच पूजा असते ना?

गुरू नानक : तुमचा तर्क ठीक आहे. आता याचा आणखी एक पैलू पाहा. तुम्ही दररोज मूर्ती बंदिस्त जागेतून काढून, तिची पूजा करून पुन्हा जागच्या जागी ठेवून देता ना?

पुजारी : हो. मी असंच करतो.

गुरू नानक : पूजा करताना कोणी तुमची मूर्ती चोरली तर तुम्हाला राग येईल की नाही?

पुजारी : हो... नक्कीच... खूप राग येईल.

गुरू नानक : हेच तर आहे तुमच्या प्रश्नाचं उत्तर!

आपण सर्वव्यापक ईश्वराला मूर्तिरूपात इतकं छोटं समजतो, की त्याला कोणीही चोरू शकतं आणि तुम्हीदेखील आपल्या भगवंताची चोरी झाली असं समजून अत्यंत क्रोधित होता.

भाग ६

ईश्वराविषयी चुकीच्या कल्पना
ईश्वर अंतर्यामी आहे

ईश्वर, मूर्तीच्या चेहऱ्यात नसून तो पाहणाऱ्याच्या डोळ्यांतून डोकावणाऱ्या दृष्टिकोनात आहे.

ईश्वर... या शब्दाबद्दल लोकांनी नाना प्रकारच्या धारणा तयार केल्या आहेत. या धारणांच्या शृंखलेतच आपण संपूर्ण आयुष्य जगतो. पण ज्ञानीजनांनी, संतांनी ईश्वराचं अस्तित्व लोकभाषेत समजावण्यासाठी मूर्तींचा आधार घेतला. कारण सत्य-कथन करण्यासाठी केवळ संकेत दिले जातात. परंतु कोणी संकेतांनाच सर्वस्व समजून त्यातच गुरफटून राहिला तर तुम्ही त्याला काय म्हणाल? जसं, वडील आपल्या मुलाला समजावतात, 'बाळा, याला म्हणतात पिवळा रंग.' आणि ज्या बोटाने ते खूण करताहेत त्या बोटाला जर लाल रंग लागला असेल तर मुलाला लाल रंग म्हणजेच पिवळा असा भ्रम होऊ शकतो. अगदी अशाच प्रकारे सत्याकडे अंगुलिनिर्देश केल्यानंतर

लोकांनी वेगळ्याच गोष्टीला सर्वकाही मानलं, चुकीच्या गोष्टीला सत्य मानलं.

आज आपल्याला ज्या मूर्ती दिसतात, मग ती शिवाची असो, गणेशाची किंवा अन्य देवी-देवतांची, त्या आपल्याला एकच संकेत देताहेत. तो म्हणजे, 'तुमच्या अंतरंगातच त्या परम सत्याचा शोध घ्या.' शिव म्हणजे ते सत्य जे आपल्या सर्वांमध्ये एकसमान आहे आणि शक्ती म्हणजेच हे विश्व, जे त्याचंच प्रकट रूप आहे. शिव म्हणजे ते सत्य, 'सेल्फ', जो सुरुवातीला आरामावस्थेत होता, त्याचंच प्रकट रूप म्हणजे शक्ती!

१. प्रत्येकाचा ईश्वर वेगवेगळा आहे.

अनेक ईश्वर आहेत असं मानून मनुष्य वेगवेगळ्या धारणांमध्ये अडकतो. जसं; अमुक अमुक माणसामध्ये देवी येते, तमुक देव येतो, हा उपास मोडल्याने देव नाराज होतो. या दिवशी केस कापले किंवा आंबट खाल्लं तर तो देव प्रसन्न होत नाही. हा ईश्वर कोपिष्ट आहे, तो देव दयाळू आहे. अशा प्रकारे माणूस कर्मकांडांमध्ये गुंततो.

ईश्वराच्या नानाविध रूपांची कल्पना साधकाने केल्याने तो ईश्वराची प्राप्तीही अनेक रूपांत करतो. भरपूर देव आहेत असं समजून तो वेगवेगळ्या देवांची प्रार्थना करतो. परंतु साधकाला जेव्हा प्रार्थनेचं फळ मिळत नाही तेव्हा त्याचा देवावरचा विश्वास उडतो. पुढे जाऊन साधकाची आकलनशक्ती वाढते. 'ईश्वर अनेक नसून एकच आहे. आपली प्रार्थना, भक्ती, सत्याची जी शक्ती आहे त्या एकाच स्रोतापर्यंत पोहोचते.' अशी समज प्राप्त होताच 'एकच ईश्वर आहे' हे जाणून भक्त प्रार्थना करतो. यावेळी तो आकारापासून मुक्त होऊन, निराकाराकडे वाटचाल करतो. या विश्वात, बह्मांडात आणि अणूरेणूंमध्ये केवळ आणि केवळ ईश्वरच आहे, याची खात्री त्याला वाटू लागते. निर्गुण आणि असीमतेवर त्याचा विश्वास बसतो. ईश्वराविषयी वाटणारी भीती नाहीशी होऊन भीतीची जागा आता आदर घेऊ लागतो.

२. ईश्वराविषयी भीती आवश्यक आहे, ईश्वर नाराज होतो.

पूर्वीच्या काळी जेव्हा पूर यायचे, ज्वालामुखींचा स्फोट व्हायचा, भूकंप होत

असत, तेव्हा लोकांना त्यांची कारणं माहिती नसायची. उल्कापाताला ते ईश्वराचा प्रकोप, क्रोध समजायचे. निसर्गाच्या अज्ञात गोष्टी समजू न शकल्याने वरील धारणा बनली.

वास्तविक ईश्वराचं भय वाटणं अगदीच निरर्थक आहे. कारण ईश्वराविषयीच्या कल्पनांमुळेच भीती निर्माण झालीय. सगळी चांगली कामं करवून घेण्यासाठी ईश्वराच्या भीतीचा वापर केला गेला. परंतु ईश्वराच्या भयाने जर मनुष्य चांगली कर्मं करत असेल तर त्यांचं मोल ते काय? ईश्वराला घाबरून नव्हे तर त्याच्याबद्दल समज, प्रेम, श्रद्धा, आदर ठेवून सुकर्मं करायला हवीत.

ईश्वराचा अर्थच आहे प्रेम. आणि प्रेम कधीही नाराज होत नाही. परंतु मंदिरासमोरून जाताना तुमचं लक्ष दुसरीकडे असल्याने तुम्ही नमस्कार केला नाही म्हणून ईश्वर नाराज होईल, अशी अंधश्रद्धा तयार झाली. कारण मनुष्य ईश्वरालादेखील स्वतःसारखाच समजतो. ईश्वर जर नाराज झाला असता, तर त्याच्यात आणि माणसात फरक तो काय राहिला? हो... पण ईश्वर नाराज होतो असं माणसाला वाटतं, या गोष्टीवर परमेश्वर नक्कीच नाराज होतो! ईश्वराविषयी भीती असणं म्हणजे 'अज्ञान', ईश्वराकडे प्रार्थना करणं म्हणजे 'ज्ञान' आणि ईश्वरावर विनाअट प्रेम करणं म्हणजे 'तेजज्ञान'!

३. ईश्वर पुरुष आहे.

शतकानुशतकं समाज हा पुरुषप्रधानच आहे. समाजातील जवळपास सगळेच निर्णय पुरुषांकडून घेतले गेले. राज्यकारभार किंवा राजकारण या प्रांतातही पुरुषांचीच मक्तेदारी राहिलीय. तुलनात्मक दृष्ट्या, पुरुष हे स्त्रियांपेक्षा जास्त बुद्धिवादी असतात. यामुळे आजवर ईश्वराची कल्पना पुरुषांच्या विचारधारेनुसार प्रचलित झाली. स्त्रीला पुरुषापेक्षा नेहमीच दुबळं आणि हीन मानलं गेलंय. म्हणून पुरुषाच्या रूपातील सर्वशक्तिमान ईश्वराची कल्पना सगळ्यांना पटली. त्यामुळे वर दिलेली धारणा अधिकाधिक प्रचलित झाली. वास्तवात ईश्वर तर लिंग आणि कल्पनेच्या ही पलीकडे आहे. एके दिवशी शिक्षकांनी विद्यार्थ्याला विचारलं, 'आकाश कसं असतं?' एक विद्यार्थी म्हणाला, 'आकाश सोनेरी

असतं.' कारण त्याने संध्याकाळच्या वेळी आकाश बघितलं होतं. दुसऱ्या विद्यार्थ्याला विचारलं तर तो म्हणाला, 'आकाश काळं असतं.' कारण त्याने रात्री आकाश बघितलं होतं. तुम्हाला जर हा प्रश्न कोणी विचारला तर तुमचं उत्तर, 'आकाश निळं असतं' असंच असेल.

याप्रमाणेच 'ईश्वर' शब्द उच्चारताच आपल्यासमोर एक चित्र उभं राहतं. आपलं मन डोक्यावर मुकुट, अंगाखांद्यावर भरपूर दागिने घातलेल्या एखाद्या पुरुषाची कल्पना करू लागतं. अशा कल्पनादेखील ईश्वराच्या शोधामध्ये बाधा बनतात.

अशाप्रकारे आपण ईश्वराचीही कल्पना करतो. ईश्वर पुल्लिंगी आहे असं आपण मानलंय. अशाच प्रकारच्या कल्पना अडथळा बनतात आणि आपण कल्पनांमध्येच अडकून राहतो. कोणी तुम्हाला विचारलं, 'इडली कशी असते?' तर तुमच्यासमोर गोल आकारच येतो, चौकोनी आकार कधी येतच नाही. जर चौकोनी इडली बनवली तर स्वादामध्ये फरक पडतो का? नाही, पण आपली कल्पना इतकी पक्की आहे, की इडली गोलच असायला हवी. ईश्वर पुरुषच असायला हवा. रामाचं नाव घेतलं, की अरुण गोविल (टीव्हीवरील रामायण मालिकेतील अभिनेता) समोर येतो आणि कृष्णाचं नाव घेतलं तर नितीश भारद्वाज समोर येतो. अशा प्रकारे कॅलेंडरवर किंवा विविध पुस्तकांमध्ये ईश्वराविषयीची कल्पनाचित्रं छापलेली दिसतात.

अशा कल्पनांच्या आधारे घेतलेला ईश्वराचा शोध आयुष्यभर पूर्ण होत नाही.

४. **मृत्यूसमयी ईश्वराचं नाव घेतलं तर मोक्ष मिळतो.**

ईश्वराच्या नावामध्ये प्रचंड ताकद आहे. त्यामुळे केवळ अंतिम समयी, मृत्यूच्या वेळी ईश्वराचं नाव घेतल्यास मोक्ष मिळतो अशी धारणा बनलीय. एका माणसाने आपल्या मुलाचं नाव नारायण ठेवलं... हेतू हा, की स्वतःच्या मृत्यूसमयी तो आपल्या मुलाला हाक मारेल 'नारायण'... असं म्हटल्याने ईश्वराचं नावही घेतल्यासारखं होईल आणि तो जन्म-मृत्यूच्या चक्रातूनही सुटेल. मृत्यूच्या वेळी ईश्वराच्या नावाचं स्मरण व्हावं म्हणूनच तो आपल्या मुलाचं नाव नारायण ठेवतो.

इतर वेळी ईश्वराचं नाव घेतलं नाही तरी चालेल पण अंतिमसमयी नक्की घ्यावं हे

त्याच्या मनात लहानपणापासून बिंबवलंय म्हणून या माणसानं आपल्या मुलाचं नाव नारायण ठेवलंय. मृत्यूसमयी तो आपल्या मुलाला, 'नारायणऽ नारायणऽ' अशा हाका मारतो. ही हाक ऐकताच भगवान विष्णू म्हणतील, 'अरे! हा तर माझा धावा करतोय, याला मुक्त करा.' आता तो त्याच्या मुलाला बोलावतोय की ईश्वराला, हे कसं समजणार? इथे माणसाला थोडं सामान्य ज्ञान, थोडी समज हवी. कारण आयुष्यभर ज्याने ईश्वराचं स्मरण केलं नाही, तो मृत्यूच्या वेळी तरी देवाला कसं आठवू शकतो?

ईश्वराला आपल्यासारखा समजण्याची चूक कदापि करू नका. अशा कथा सांगून लोक आध्यात्मिक शॉर्टकट शोधतात. अशा प्रकारच्या धारणांपासून सावध राहण्यासाठी प्रत्येकाने सत्यसंग करावा, सत्यनारायणाबरोबर राहावं. ईश्वराच्या कल्पनेत आणि पोकळ कथांमध्ये अडकू नये.

५. ईश्वर बाहेर आहे, बहिरा आहे.

आत आणि बाहेर ही तर मनाची भाषा आहे. वास्तविक ईश्वर मनाच्या पलीकडे आहे. त्यामुळे तो 'आत' आणि 'बाहेर' या दोन्ही संकल्पनांच्या पार आहे. कारण प्रत्येक गोष्टीच्या अंतर्बाह्य ईश्वरच व्यापून राहिलाय. ईश्वर म्हणजे परमचैतन्य! हे चैतन्य सर्व ठिकाणी आहे. मग आता प्रश्न हा निर्माण होतो, की ईश्वर जर आतही आहे, बाहेरही आहे तर त्याला कुठे शोधणं सोपं आहे? अर्थात, आपल्या आतमध्येच, म्हणजे अंतर्यामी! कारण आपलं शरीर चोवीस तास आपल्याबरोबरच राहतं. त्यामुळे पाहिजे तेव्हा अंतरंगात डोकावता येतं. ईश्वर आत-बाहेरच्या बाहेर असून आपण ईश्वरात सामावलेले आहोत, जसा पाण्यात मासा!

लोक ईश्वराची प्रार्थना करतात, सांसारिक सुखांची मागणी करतात. ज्यांची मागणी पूर्ण होत नाही ते, 'ईश्वर बहिरा आहे, तो आमचं ऐकत नाही. जगामध्ये सर्वत्र हिंसाचार, दुःख, अत्याचार फोफावला असूनही तो ईश्वराला कसा ऐकू येत नाही' अशा धारणेला बळी पडतात. आपण जसं कानांनी ऐकतो, तसंच ईश्वरालाही कर्णेंद्रियांनीच ऐकू येतं, हा गैरसमज बहुतांश लोकांच्या मनात ठाण

मांडून बसलेला असतो. ईश्वराला स्वतःसारखंच (मनुष्याप्रमाणे) समजणं, हेदेखील या धारणेमागचं आणखी एक कारण आहे. वास्तवात, ईश्वर प्रत्येक इंद्रियाच्या पलीकडे आहे. तो ऐकतो मौनाची परिभाषा, बोलतो भक्तीची भाषा आणि जाणतो भावनांची भाषा!

६. ईश्वराची निर्मिती करणाराही कोणीतरी आहे.

आपण पाहू शकणाऱ्या प्रत्येक वस्तूचा कोणी ना कोणी निर्माणकर्ता आहेच. आपण लहानपणापासून हेच ऐकतो, 'अमुक गोष्टीचा शोध या वैज्ञानिकाने लावला, अमुक वस्तू या कंपनीने बनवली...' प्रत्यक्षात प्रत्येक गोष्टीचा एकमेव निर्माता आहे आणि तो म्हणजे ईश्वर! यावर आपण बुद्धीच्या आधारे विचार करतो, 'मग ईश्वराचा निर्माता कोण?' अज्ञानवश आपल्याला जी गोष्ट निर्माण होते, ती नष्टही होते, या गोष्टीचाही विसर पडतो पण ईश्वर मात्र नष्ट होत नाही. म्हणून त्याच्या निर्मितीचा प्रश्नच येत नाही. जे तत्त्व आहे, होते आणि सदैव राहील ते तत्त्व म्हणजे 'ईश्वर'. मग त्याच्या जन्म-मृत्यूचा प्रश्नच उद्भवतो कुठे?

७. ईश्वराला आकार आहे की तो निराकार आहे?

ईश्वर, मन आणि बुद्धीच्या पलीकडे आहे. तो निराकार आहे. मनुष्य मात्र प्रत्येक गोष्ट समजून घेण्यासाठी मन-बुद्धीचा वापर करतो. जसं चित्रांचा वापर करून मुलांना शिकवलं जातं. पण अध्यात्माची सुरुवात करणाऱ्यांना कोणती चित्रं दाखवावीत? कारण निराकार ईश्वराचं कोणतंही चित्र बनवता येत नाही. काही महापुरुषांनी निराकार ईश्वराला चित्रांच्या, मूर्तींच्या रूपांत प्रस्तुत केलं. पण सर्वसामान्यांना समजण्यासाठी, निराकाराचा बोध होण्यासाठी आरंभी आकाराची आवश्यकता असते. ज्याप्रमाणे स्वतःची जाणीव होण्यासाठी जशी डोळ्यांना दृश्याची गरज असते. दृश्य पाहिल्याशिवाय आपल्याला 'मला डोळे आहेत' हा अनुभव आला असता का? पण अध्यात्माच्या मार्गावर चालण्यास नुकतीच सुरुवात करणाऱ्या साधकाला ही गोष्ट समजू शकत नाही. त्यावेळी त्याला दोन प्रश्न विचारले जातात.

१) ईश्वराला आकार असतो आणि कधीकधी तो निराकार बनतो.

२) ईश्वर निराकार आहे आणि तो आकार धारण करू शकतो.

दुसरंच उत्तर योग्य आहे. कारण सर्वसामान्य मनुष्य सोन्याला जास्त महत्त्व देईल की दागिन्यांना? अर्थातच दागिन्यांना! वास्तविक त्या सगळ्या दागिन्यांमध्ये एकच गोष्ट असते, ती म्हणजे सोनं. सोन्याला आकार दिल्यानंतर त्याचं बाह्य जगातलं मूल्य वाढतं. अगदी त्याचप्रमाणे लोक आकारालाच जास्त महत्त्व देतील. परंतु सोनारासाठी सोनं किंवा दागिने दोन्हीही समान आहेत. सोनार प्रत्येक दागिन्यामध्ये सोनंच पाहतो. ज्याप्रमाणे त्याच्यासाठी दागिन्यांचा आकार म्हणजे धारण केलेलं सोनं आणि दागिनेविरहित निराकार असणारं सोनं ही एकच गोष्ट आहे. त्याचप्रमाणे जागृत माणसासाठीही आकार आणि निराकार ही एकच बाब आहे.

जे लोक आकाराला किंवा निराकाराला मानतात, ते दोघंही खरंतर एकच चित्रपट पाहत आहेत. काहीजण मध्यांतरापूर्वीचा (इंटरव्हलपूर्वीचा) चित्रपट पाहताहेत तर काही लोक मध्यांतरानंतरचा. चित्रपट बघितल्यानंतर जेव्हा दोघांमध्ये चर्चा होते तेव्हा ते एकमेकांवर आरोप करतात, 'तू चुकतो आहेस.' वास्तवात दोघांनी एकच चित्रपट बघितलेला असतो.

कल्पनादास बनू नका

एका गावात कल्पनादास नावाचा माणूस राहत होता. तो कायम उदास असायचा. पण आपण सुखी व्हावं, असं त्याला नेहमी वाटे. आपली ही इच्छा पूर्ण करण्यासाठी त्याने एका अनाथ बाळाला दत्तक घेतलं. घर मिळताच त्या अनाथ बालकाचं आयुष्यच बदललं. त्याला जे जे हवं होतं, ते सगळं मिळालं. मृत्यूच्या वेळी कल्पनादासने आपल्या मुलाला बोलावलं आणि त्याला म्हणाला, 'माझी सर्व संपत्ती तुझ्या नावावर केलीय. परंतु आपल्या घरातला चांदीचा दरवाजा कधीही उघडू नकोस.' वडिलांच्या मृत्यूनंतर काही दिवसांनी त्या मुलाच्या मनात कुतूहल निर्माण झालं. चांदीच्या दरवाजामागे काय असावं, अशा उत्सुकतेपोटी त्याने तो दरवाजा उघडला. आतमध्ये त्याला एक अद्भुत जग पाहायला मिळालं.

तिथे असणाऱ्या एका भल्यामोठ्या घारीनं त्याला एका महालात नेऊन सोडलं. त्या शहराच्या राजाने त्याला राजकुमार बनवलं. राजकुमार बनताच त्याला सगळ्या सुखसुविधा मिळाल्या, ज्या त्याला हव्या होत्या. आता हे जग त्याला आधीच्या जगापेक्षाही खूप सुंदर वाटू लागलं. तेथील राजाने त्याला आपलं संपूर्ण राज्य सोपवलं. शिवाय राज्य सोपवताना त्याला हेदेखील सांगितलं, की या महालामध्ये जो सोन्याचा दरवाजा आहे, तो कधीही उघडू नकोस. परंतु पुन्हा काही दिवसांतच तो सोन्याचा दरवाजा उघडून पाहण्याची उत्सुकता त्याच्या मनात निर्माण झाली.

आता राजकुमाराने तो सोन्याचा दरवाजाही उघडला. पाहतो तर काय, राजकुमार आणखी एका वेगळ्याच दुनियेत पोहोचला. तिथे जाताच त्या घारीने पुन्हा एकदा उचलून त्याला एका महालात नेऊन सोडलं. त्या महालात त्याची भेट एका राजकुमारीशी झाली. काही दिवसांनी त्या दोघांचा विवाह संपन्न झाला.

अशाप्रकारे राजकुमारी आणि आपल्या पुत्रांबरोबर तो राजकुमार आनंदाने राहत होता. सर्व काही स्थिरस्थावर होताच त्याच्यासमोर ही अट ठेवण्यात आली, की महालातील हिरेजडित दरवाजा त्याने कधीही उघडायचा नाही. काही दिवस आनंदात व्यतीत केल्यानंतर राजकुमाराला तो हिऱ्यांचा दरवाजा उघडून पाहण्याचा मोह आवरता आला नाही. त्याने तो दरवाजा उघडताच पुन्हा एकदा त्या घारीनं त्याला उचललं आणि त्याच्या पूर्वीच्या गावात सोडून दिलं. आता तिथे ना त्याचं घर होतं ना धन! ज्या वडिलांनी त्याला दत्तक घेतलं होतं, त्यांनी घरातील चांदीचा दरवाजा न उघडण्याची सक्त ताकीद त्याला का दिली होती, हे आता त्याच्या लक्षात आलं पण काय उपयोग?

यानंतरचं संपूर्ण जीवन तो पूर्वकल्पनांमध्येच जगू लागला. या जगात जगणं आता त्याला कुठे जमणार होतं? आपल्या पूर्वायुष्याची आठवण त्याला नेहमी त्रस्त करायची. तेव्हापासून तो कायम उदास राहू लागला. कारण त्याच्या मनात आता कल्पनांचं जग वसलं होतं. यापुढे तो वर्तमान कधीही जगू शकणार नव्हता.

भाग ७

'अध्यात्म' : समज – गैरसमज
जीवन जगण्याची कला

शंभर वर्षं धारणांनी भरलेलं जीवन जगण्यापेक्षा सत्याबरोबरचा एक दिवसही सार्थकी ठरतो.

१. अध्यात्माच्या वाटेवर चालणारा माणूस, समाजाकडे, स्व-कर्तव्याकडे पाठ फिरवतो, तो नेहमी उदास राहतो.

ही धारणा बनण्याचे कारण म्हणजे,

१) लोकांना आध्यात्मिक अनुभूती प्राप्त झालेली नसते. शिवाय यासंबंधीचं शिक्षण कोणत्याही शाळेतून दिलं जात नाही.

२) लोकांना आयुष्यात सतत काही ना काही रोमांचकारक गोष्टी हव्या असतात. मनाचे गुलाम बनून ते मनोरंजनात मग्न होतात. समता आणि सहजभावाने आयुष्य जगणारा सत्यशोधक त्यांच्या दृष्टीने उदास, नीरस, रटाळ जीवन जगणारा असतो. वास्तवात सत्यप्रेमी तर जीवनात

तेजमौनाचा, तेजानंदाचा आस्वाद घेत असतो.

३) के.जी.च्या अध्यात्मात, जिथे खरी समज गायब (मिसिंग) आहे, तिथे अध्यात्माचं चुकीचं रूप दाखवलं जातं. त्यामुळे विशिष्ट प्रकारची वस्त्रं धारण करणं, ठरावीक कर्मकांडं करणं, कीर्तनं करणं यालाच लोकांनी अध्यात्म मानलंय. वास्तविक अध्यात्म म्हणजे बाह्य देखावा, पेहराव नसून स्वानुभवात स्थापित होणं आणि समज प्राप्त करणं आहे. 'मी कोण आहे, का आहे' हे समजून घेऊन पृथ्वीवर अभिव्यक्ती करणं म्हणजे खरं अध्यात्म. इतरांना आनंद देऊन, सर्वांसाठी निमित्त बनून, स्वतःही आनंद घेणं याचंच नाव अध्यात्म. असा मनुष्य समाजाकडे, कर्तव्यांकडे पाठ कसा फिरवेल? तो उदास नसतो, तर निरिच्छ भावनेने सर्व घटनांकडे समभावाने पाहतो. तो नीरस नव्हे तर खऱ्या अर्थानं आनंदानं भारलेलं जीवन जगतो.

२. **अध्यात्म म्हणजे सर्वसंग परित्याग आणि एकांतवासात जाऊन ध्यान करणं.**

मोक्षप्राप्तीसाठी संन्यासी जीवन स्वीकारण्याची आवश्यकता आहे या धारणेला प्राचीन काळापासून पुष्टी मिळत आलीय. या धारणेमुळे आणखी एक धारणा तयार झाली. ती म्हणजे, अध्यात्मासाठी जर संन्यासी बनण्याची गरज असेल तर वयाच्या पन्नाशीनंतरच त्या मार्गावर जावं. म्हणजे आध्यात्मिक ज्ञानाचा अंगीकार माणसाने पन्नासाव्या वर्षानंतरच करावा. या दोन्हीही धारणा चुकीच्या आहेत. तुम्हाला संन्यासीही बनायचं नाही किंवा संसारीही व्हायचं नाही तर तुम्हाला बनायचं आहे, 'तेज संसारी.' आता ही संकल्पना मुळापासून समजून घेऊ या.

'सांसारिक आसक्ती' आणि 'संन्यासी जीवनातील अनासक्ती' या दोन्हींपासून मुक्त असलेला, तरीदेखील संसारात राहूनच मुक्तीची, आनंदाची देवाण-घेवाण करणाऱ्याला 'तेजसंसारी' असं म्हटलंय. संसार आणि संन्यास या दोहोंच्याही पलीकडे असतो तो 'तेजसंसारी.' संसारी शब्दाच्या विरुद्धार्थी संन्यासी हा शब्द आहे, परंतु तेजसंसारी शब्दाला विरुद्ध शब्दच नाही.

'तेजसंसारी' ही एक अभिनव संकल्पना आहे. हा एक नावीन्यपूर्ण विचार आहे. तेजसंसारी बनणं ही आजच्या युगाची आवश्यकता आहे. तेजसंसारी मनुष्य प्रपंच आणि संन्यास अशा दोन्हीही गुणांचा लाभ घेत आपलं मूळ लक्ष्य गाठतो.

ही लक्ष्यप्राप्ती करणं हाच त्याचा कुल-मूल उद्देश असतो. तेज संसारी संन्यास आणि संसार या दोहोंच्या दुष्टचक्रातून बाहेर असतो.

पुरातन काळ हा योगी आणि ऋषींचा होता. योगी आणि तपस्वी तपाचरण करून आजीवन ब्रह्मचारी राहायचे तर दुसरीकडे काही ऋषी गृहस्थजीवन स्वीकारून गुरुकुल चालवायचे. इतकंच काय पण आश्रमात येणाऱ्या सगळ्या शिष्यांना सर्व कलांचं ज्ञान द्यायचे, त्यात पारंगत करायचे. त्यामध्ये संततीविषयी ज्ञानाचा देखील समावेश असे. ऋषी, मुनी गृहस्थाश्रमामध्ये राहूनही सत्याचरण करायचे.

त्याचप्रमाणे संन्यासी जीवनात असेही काही तपस्वी, योगी झाले, ज्यांनी खरा आनंद प्राप्त केला होता. तो आनंद, अनुभव त्यांनी इतरांनाही दिला. काही काळापर्यंत हे चक्र सुरू राहिलं. संन्यासी जीवनाला अग्रक्रम देणाऱ्यांमध्ये गौतम बुद्ध, महावीरांसारखे ज्ञानीजन होते. वृद्ध झाल्यानंतर शरीराची साथ लाभणार नाही, म्हणून भिक्षू बनून सत्याचा शोध घ्या, असं सांगत त्यांनी संन्यासी जीवनाचं महत्त्व अधोरेखित केलं.

१५ व्या शतकात संत कबीर, नानक यांसारख्या महान योगीपुरुषांनी तसंच महाराष्ट्रातील संत नामदेव, संत तुकाराम, संत चोखामेळा यांसारख्या संतांनी वैवाहिक, सांसारिक जीवन जगूनही खऱ्या अध्यात्माची प्राप्ती केली. कित्येकांनी तर हे ज्ञान आपल्या शिष्यांनाही प्रदान केलं. त्याद्वारे गुरु-शिष्य परंपरा कायम ठेवली. कबीरांनी विणकराचं काम केलं. त्यांची मुलंदेखील ज्ञानी होती. गुरू नानकांनीही आयुष्याच्या शेवटच्या वर्षापर्यंत शेती केली. त्यांनी संपूर्ण जीवन हक्काची आणि पवित्र (कपटमुक्त आजीविका) कमाई प्राप्त केली. सांसारिक जीवनात राहूनही धारणांपासून आणि कर्मकांडांपासून ते पूर्णतः अलिप्त होते. शिवाय त्यांनी इतरांनाही या कर्मकांडांपासून मुक्त केलं.

आद्य शंकराचार्यांनी संन्यस्त जीवनाची, साधू बनण्याची प्रेरणा दिली. देशाच्या कानाकोपऱ्यातील विद्वत् पंडितांना त्यांनी शास्त्रार्थात हरवलं. तसंच भारतात चारही दिशांना त्यांनी मठांची स्थापना केली.

१८ व्या शतकात रामकृष्ण परमहंस, चरणदास जगजीवन साहेब यांसारख्या संतांनी प्रपंचात राहून ईश्वरभक्तीची प्रेरणा दिली.

ही पार्श्वभूमी पाहता, अध्यात्मात सांसारिक आणि संन्यस्त जीवनाचं चक्र कसं चालत आलंय, हे लक्षात येतं. परंतु काळाबरोबर वास्तव ज्ञान लोप पावलं. मग दोन्हीकडे काही अवगुणच शिल्लक राहिले. परिणामी, मनुष्य ना सांसारिक जीवनात रमला ना संन्यस्त आयुष्याचा लाभ घेऊ शकला. दोन्हींपासून तो वंचितच राहिला. मग दोघांचा वापर तो पलायनासाठी करू लागला.

अचूक ज्ञान प्राप्त केलेले संन्यासी जवळपास समाप्तच झाले आणि शिल्लक राहिले ते केवळ पाखंडी! या भोंदूंनी लोकांना वेगवेगळ्या कर्मकांडांमध्ये अडकवून मूळ लक्ष्यापासून दूर केलं. अशा लोकांबरोबरच जबाबदाऱ्या, अडीअडचणींमध्ये अंग झटकून मोकळं होऊ इच्छिणाऱ्यांनीही संन्यासी जीवन स्वीकारलं. हे लोक तमोगुणी आणि आळशी होते. आजही २१ व्या शतकात इकडेतिकडे भटकत राहणारे अनेक ढोंगी साधू-संन्यासी दिसतात. अर्थात, यांपैकी बरेचसे साधू निःस्वार्थीपणे ज्ञानदानाचं पवित्र कार्यही करताहेत. पण बरेचसे ढोंगी लोक दान-दक्षिणा, लंगर, एखाद्या तीर्थस्थानावर मुक्काम यांतूनच आपला चरितार्थ चालवतात. अशा तामसिक जीवनातच त्यांना आनंद मिळतो. आत्ताचा प्रापंचिक मनुष्यही अत्यंत तणावग्रस्त जीवन जगतोय. दैनंदिन समस्या, व्यवहारातील अडचणींपासून सुटका व्हावी म्हणून तो गुरूंच्या शोधात बाहेर पडतो खरा; पण या तथाकथित संन्याशांच्या दुष्टचक्रात सापडतो आणि स्वतःचं नुकसान करून घेतो.

सांसारिक जीवनातही हेच दृश्य दिसतं. मनुष्यजन्म प्राप्त झाल्यानंतर मनुष्य काही वर्षांनी सांसारिक आयुष्याचा आरंभ करतो. हे अगदी तसंच; जसं हिंदू किंवा मुसलमान बनण्यासाठी त्या-त्या धर्मांत किंवा घरात जन्म घेणं पुरेसं ठरतं. त्यानुसारच जन्मणारा हिंदू आहे की मुस्लीम, हे ठरतं. प्रपंचात मनुष्य मोहमायेतच गुरफटून राहतो. आपल्या मुलाबाळांनाही तो प्रथा आणि कर्मकांडं पाळत जगायला शिकवतो. आजपर्यंत हेच होत आलंय आणि पुढेही हेच घडत राहील. सांसारिक मनुष्य म्हणतो, 'मी तर गृहस्थाश्रमी आहे. प्रपंचात राहूनदेखील परमार्थ साधता येतो. अध्यात्माचं ज्ञान मिळू शकतं.' पण हे बोलणं फक्त 'बोलाचीच कढी अन् बोलाचाच भात'पुरतंच मर्यादित राहतं, त्याला कृतीची जोड मिळत नाही.

तेजसंसारी वर सांगितलेल्या अवगुणांपासून दूर राहून, सांसारिक आणि पारमार्थिक

दोन्हींचाही लाभ घेत, दुष्टचक्र भेदत कमलपुष्पासारखा मुक्त जीवन जगतो. मात्र तेजसंसारी स्वतः कोणत्याही धारणेच्या जाळ्यात फसत नाही. शिवाय आपल्या मुलांनाही तो धारणेबाबत योग्य ते ज्ञान देऊन त्यांनाही पूर्वग्रहांपासून मुक्त ठेवतो. नात्यांतील समजेचं (अंडरस्टँडिंगचं) महत्त्व तो जाणतो. मनुष्यातील नातेसंबंध, विवाह यांसारख्या भावनिक गोष्टींच्या निर्मितीचा खरा हेतू हाच होता, की परस्परांच्या भेटीतून, एकत्र येण्यातून प्रत्येकानं स्वतःला जाणावं. आत्मसाक्षात्कार प्राप्त करण्यासाठी, परस्परांसाठी निमित्त बनावं. पण ही समज आजच्या युगात नष्ट झालेली दिसते. लोक लग्न करतात, इतरांची जमवतात, काहींची लग्नं छोट्या वयातही होतात. मग हीच लहान मुलांसारखं भांडत बसणारे लोक, मुलांना जन्म देतात, त्यांचं संगोपन करतात. पण या पवित्र नात्यात, तेज संसारी संकल्पना दृढ नसल्याने आज या रेशीमगाठींना पीळ बसतोय, नात्यांत दरी निर्माण होतेय.

आयुष्यातील प्रत्येक घटना आपल्याला काही ना काही शिकवत असते. तिचा लाभ आपण घ्यायला हवा. भांडणं, ताणतणाव, समस्या आपल्याला काहीतरी अनुभव देत असतात. या घटनांपासून आपण काहीच शिकलो नाही तर त्या घटना, भांडणं आयुष्यभर सुरूच राहतील. अशा वातावरणात वाढणाऱ्या मुलांचं मोठेपणी मानसिक खच्चीकरण होतं. मग काहीजण स्वतःला इतरांपेक्षा कमी तरी लेखतात किंवा समोरच्या माणसाला अनावश्यक आदर देतात. ही दोन्ही प्रकारची मुलं मानसिक दृष्ट्या आजारीच असतात. मग अशी आजारी मुलं जर असतील तर देशाचं भविष्य कसं असेल? पुन्हा हीच मुलं मोठी होऊन त्यांची मुलं जन्माला घालतील तेव्हा जगाची अवस्था काय असेल? या सर्वांतून बाहेर पडण्याचा एकमेव मार्ग म्हणजे; 'तेजसंसारी' बनून, स्वतःला जाणून, ईश्वरीय गुणांची अभिव्यक्ती करत राहणं. कारण 'तेजसंसारी' जीवनातच मुक्तीची बीजं दडली आहेत. शिवाय, ती आजच्या काळाची गरजही आहे.

३. जीवनातील सगळ्या जबाबदाऱ्या पूर्ण झाल्यानंतरच म्हणजे साधारण पन्नाशीनंतरच आध्यात्मिक मार्ग स्वीकारावा.

१) आध्यात्मिक रहस्यं समजून घेण्यासाठी सर्वप्रथम बुद्धीच्या विकासाची गरज आहे. बुद्धीची वाढ, वयपरत्वे कार्य करता करताच होत असते. म्हणूनच,

अध्यात्माची ज्ञानप्राप्ती ही प्रौढ वयातच होते, अशी ठाम समजूत बनलीय. परंतु, संत ज्ञानेश्वरांनी किशोरावस्थेतच आत्मज्ञान प्राप्त केलं आणि २१ व्या वर्षी समाधीही घेतली. याचाच अर्थ, वरील धारणा खरी समजू नये.

२) ५० व्या वर्षानंतर मनुष्य आयुष्यातील जबाबदाऱ्यांपासून मोकळा होऊ लागतो. नोकरी, धंदा यांमध्ये त्याचा जम व्यवस्थित बसलेला असतो. कौटुंबिक जबाबदाऱ्या पार पाडण्यासाठी त्याला फारसे कष्ट करावे लागत नाहीत. आता त्याच्याकडे भरपूर वेळही असतो. हा सर्वांगीण विचार करूनच वरील धारणा बनवली गेली.

३) बुद्ध, महावीर, आद्य शंकराचार्यांसारख्या महान तपस्वींचं वैराग्यपूर्ण आयुष्य पाहून समाजातील काही अनुभवी लोकांना भय वाटलं. तरुण वयातच लोकांनी अध्यात्माचा मार्ग स्वीकारला तर समाजनिर्मितीला खीळ बसेल, ही भीती त्यांना सतावत होती. खऱ्या आध्यात्मिक जीवनाचा अर्थ न जाणल्याने भीती आणि अज्ञानापोटी वरील धारणा बनली.

४) वयानुसार प्रत्येकालाच जीवनात कडू-गोड अनुभव येतात. या अनुभवांमुळे माणसाच्या जीवनात वैराग्य सहजपणे निर्माण होऊ शकतं. वैराग्यामुळे आध्यात्मिक ज्ञानार्जनात मदत मिळते. त्यातून माणसाला परम सत्यप्राप्तीचं महत्त्व समजतं. अन्यथा ज्यानं अद्याप जगच पाहिलं नाही अशा अल्पवयीन व्यक्तीचं मन मोहमायेकडेच ओढलं जातं. सत्यप्राप्ती होऊनही त्याला त्याचं महत्त्व समजत नाही. याच कारणास्तव वरील धारणा प्रचलित झाली.

वयाच्या ५० व्या वर्षापर्यंत माणसाने मोहमायेची सगळी रूपं बघितलेली असतात. म्हणूनच स्थायी स्वरूपाचा आनंद मिळवण्यासाठी तो सहजपणे ईश्वराकडे आकर्षित होतो. पण या धारणेसोबत नेहमीच एक धोकाही असतो. पन्नाशीनंतर कित्येकांना शारीरिक व्याधी जडतात. त्यामुळे मनन आणि ध्यानामध्ये बाधा निर्माण होतात. वय वाढलेलं शरीर मनुष्याला तितकी साथ देत नाही, जितकं एक तरुण, सुदृढ शरीर देऊ शकतं. म्हणूनच या धारणेत न अडकता लवकरात लवकर आपल्या शरीराला आध्यात्मिक प्रशिक्षण द्यायला सुरुवात करा.

४. अध्यात्मात विशिष्ट पोशाख घालायचा असतो

१) सत्यप्राप्तीसाठी निघालेला साधक कित्येक प्रकारच्या साधना करतो. काही साधना शरीराशी तर काही मनाशी निगडित असतात. काही साधनांमध्ये उपवास, तप यांच्याद्वारे शरीराची तयारी केली जाते. तर काही साधनांत शब्द, मंत्र, कल्पनांचा आधार घेतला जातो. साधनेत निरंतरता ठेवण्यासाठी, सातत्याने स्मरणात राहावं म्हणून काही संकेतांची-रिमाइंडर्सची आवश्यकता असते. विशिष्ट रंगांचे कपडे परिधान करणं हादेखील एक प्रकारचा संकेतच असतो. त्यातून साधकाला, तो साधनेत आहे, त्यानं मोहमायेमध्ये अडकता कामा नये ही आठवण करून दिली जाते. असा विशिष्ट पोशाख केवळ त्यालाच नव्हे तर इतरांनाही या गोष्टीची (सत्याची) आठवण करून देतो. आजूबाजूची माणसंही त्याचा पेहराव पाहून तो मायेमध्ये गुरफटत असल्याची आठवण त्याला करून देऊ शकतात.

२) सत्यसाधकाने निरंतरतेने उपासनाच करत राहावी; यासाठीच त्याला मोहमायेपासून दूर राहण्याचा सल्ला दिला जातो. त्याने दररोज वेगवेगळ्या रंगाचे कपडे घालायचं ठरवलं तर त्याचा जास्तीत जास्त वेळ कपडे नीटनेटके ठेवण्यात, शिवण्यात, धुण्यात, विविध रंगांची निवड करण्यातच जाईल. शिवाय कपड्यांना इस्त्री करणं, कोणते नवीन कपडे शिवायचे ते ठरवणं यामध्ये निष्कारण वेळ वाया जाऊ शकतो. यावर उपाय म्हणजे एकाच प्रकारचा पोशाख घालणं, जेणेकरून वेळही वाचू शकतो.

३) आपण जसे कपडे घालतो त्यानुसार आपली देहबोली ठरते. पेहरावाप्रमाणेच आपण उठतो-बसतो, वागतो. जसा पेहराव, तशी आपली चाल आणि जशी चाल तसे आपल्याला येणारे विचार! सैलसर-आरामदायक कपड्यांमध्ये मनुष्य सहजपणे सात्त्विक जीवन जगू शकतो. त्या कपड्यांसारखेच त्याचे विचारही सात्त्विक बनू शकतात.

४) रंगांचा आपल्या शरीरावरही परिणाम होतो. काही रंगांमुळे मनुष्याचे सात्त्विक भाव जागृत होतात तर काही रंग रजोगुणी किंवा तमोगुणी भावना प्रोत्साहित करतात. म्हणून आध्यात्मिक जीवनात काही जणांनी सुरुवातीच्या काळात विशिष्ट पोशाखाला अवाजवी महत्त्व दिलं. प्रारंभीचाच काळ असा असतो जेव्हा

साधकांना बाह्य गोष्टींची मदत हवी असते. साधनेत परिपक्वता प्राप्त झाल्यावर आपसूकच या गोष्टींचं महत्त्व साधकाला वाटेनासं होतं. हे सर्व लक्षात घेऊन विशिष्ट रंगाची, प्रत्येक ऋतूत वापरता येणाऱ्या एकसारख्या कपड्यांची निवड करतात.

५. **अध्यात्म म्हणजे विशिष्ट दागिने, गंडेदोरे किंवा माळेचा जप करून स्मरण करणं होय.**

आध्यात्मिक जीवनाच्या सुरुवातीला विद्यार्थ्याचं मन अत्यंत चंचल असतं. त्याला सत्याची तृष्णादेखील असते आणि असत्याची सवयही. ज्ञानाची भूक जाणवते तर अज्ञानाचा मोहही. प्रेमाची ओढ वाटते पण सुडाचे भावही जागे होतात. अशा परिस्थितीत मन एकाग्र करण्यासाठी वेगवेगळी कर्मकांडं बनवली. उद्देश हा, की त्यांच्या साहाय्याने साधकाने पूजा, उपासना, प्रार्थना यामध्ये स्थिर व्हावं. चंचल मनाला साधनेत बसवण्यासाठी जपमाळेची मदत घेतली जाते. विस्मरणानंतर प्रत्येक वेळी स्मरण करून देण्यासाठी ती उपयुक्त ठरते. माळेने जपाचं लक्ष्य ठरवता येतं. जसं, आज तीन माळा ओढल्या तर उद्या चार ओढू... अशाप्रकारच्या कर्मकांडांची मदत घ्या; पण ती धारणा दृढ होणार नाही, याची मात्र काळजी घ्या. सत्याकडे दुर्लक्ष करून कर्मकांडांनाच अध्यात्म समजू नका.

६. **अध्यात्म म्हणजे मृत्यूनंतरचं जीवन जगण्यासंबंधी मिळणारं मार्गदर्शन किंवा 'मागील जन्मी आपण कोण होतो', याचा घेतलेला शोध.**

अध्यात्म म्हणजे सत्याचा, ईश्वराचा शोध. ईश्वर, सत्य ही बाब मनाच्या क्षेत्रापलीकडे आहे. बुद्धीने सत्य जाणता येत नाही. सत्य म्हणजे अनुभव... सत्य म्हणजे स्वसाक्षी... सत्याची व्याख्या करता येत नाही. तरीही साधकाला समजण्यासाठी, सत्याविषयी त्याची तृष्णा वाढवण्यासाठी काही गोष्टी अवश्य सांगितल्या जातात. त्या सांगण्याचा प्रयत्न करताना जी भाषा निर्माण होते ती गूढ, रहस्यमयी वाटते. उदाहरणार्थ, समाधीमध्ये काय होतं? उत्तर - 'अनुभवकर्ता, अनुभवाचा अनुभवामध्ये अनुभव घेतो.' अनुभव कसा निर्माण होतो? उत्तर - 'जशी एका हाताची टाळी वाजते, तसाच अनुभव निर्माण होतो.' इत्यादी.

अशाप्रकारे मरणोत्तर जीवनाच्या गोष्टीही रहस्यमयच वाटतात. मृत्यूनंतरही जीवन

असू शकतं, या गोष्टीचंच लोकांना खूप आश्चर्य वाटतं. त्यामुळेच मृत्यूनंतरच्या जीवनाची माहिती मिळवणं म्हणजे अध्यात्म, असं समजलं जातं. वास्तवात, अध्यात्म म्हणजे जिवंतपणीच मृत्यू प्राप्त करण्याची तयारी आहे. थोडक्यात, जिवंतपणी आपल्या 'अहंकारा'चा मृत्यू होणं म्हणजेच खरं अध्यात्म!

७. अमुक कर्मामुळे स्वर्गाचा मार्ग मोकळा झाला की नरकाकडे वाटचाल झाली, हे तोलण्याचा तराजू म्हणजे अध्यात्म.

प्रत्येक धारणा सत्यशोधकांसाठी बनवली जाते. लहान मुलांना जशा सगळ्याच गोष्टी समजावून सांगता येत नाहीत. अभ्यास, व्यायाम यांसारख्या गोष्टी त्यांना भीती आणि लालूच दाखवून करवून घेतल्या जातात. भीती आणि लोभामुळे मुलं चांगल्या सवयी, चारित्र्य आणि नैतिकता शिकतात. मोठेपणी या गोष्टींचं महत्त्व त्यांना अनुभवातून समजतं. नंतर मात्र मुलाला कोणतीही भीती, धाकदपटशा किंवा लोभ दाखवावा लागत नाही. अशाच तऱ्हेने अध्यात्मातही नरकाची भीती आणि स्वर्गाची लालूच देऊन साधना केली गेली, जी सुरुवातीला योग्य होती. परंतु खऱ्या कारणाचं विस्मरण झाल्याने आजही लोक अध्यात्माला स्वर्ग-नरकाच्या कल्पनांमध्येच तोलतात.

नरक आणि स्वर्ग ही अज्ञात ठिकाणं, कुठे दूरवर नाहीत. लोक आपला नरक आणि स्वर्ग बरोबर घेऊनच फिरतात. आपला नरक सोबत घेऊन फिरणाऱ्या, नकारात्मक विचार बाळगणाऱ्या लोकांना 'निराशावादी विशेषज्ञ' म्हटलं जातं. अशा माणसांच्या भेटीतून नक्कीच नरकाची कल्पना तुम्हाला येईल. कारण अशा माणसांना काहीही सांगितलं तरी ते त्यातून काहीतरी चुकीचंच शोधतात. त्यामुळे यांच्यापासून लवकरात लवकर सुटका व्हावी असंच आपल्याला वाटतं तर सकारात्मक विचार करणारे (आशावादी विशेषज्ञ) आपला स्वर्ग बरोबर घेऊन फिरतात. त्यांच्या संगतीत तुम्हाला आनंद जाणवतो.

८. दान, सेवा, पूजा नियमितपणे करणं म्हणजे अध्यात्म.

आध्यात्मिक जीवन जगणारा मनुष्य स्वतःच्या शारीरिक सवयी, वृत्ती, चुकीचे संस्कार यांना दूर करण्याचा दृढ निश्चय करतो. या सवयी, वृत्तींपासून मुक्त होऊनच

तो स्वानुभवामध्ये स्थापित होऊ शकतो. या लक्ष्यप्राप्तीमध्ये सेवेचं महत्त्व अनन्यसाधारण आहे. सेवेमध्ये मनुष्याला स्वतःच्या मनाचे सगळे खेळ बघायला मिळतात. आपल्या सवयी, चुकीचे संस्कार समजतात. खोलवर रुजलेल्या धारणांची जाणीव होते. सेवेद्वारा तो स्वतःला अल्पावधीतच मुक्त करू शकतो. मग हीच सेवा सेवकाची सेवा करते. दान दिल्याने तो स्वतःमधील मोहापासून आणि आसक्तीपासून मुक्त होतो. अशाप्रकारे या व्यवस्थेचा लाभ घेता येतो. परंतु एखादा जर स्वतःला न जाणता, सत्यश्रवण न करताच सेवा, दान, पूजापाठ अखंडपणे करत राहिला, तर त्याला शुद्ध अध्यात्म कधीही समजणार नाही.

जसं, एखाद्या मुलाला के.जी.चा अभ्यास खूप आवडतो. पण मोठेपणीही त्याला पुढच्या शिक्षणाऐवजी के.जी.च्या अभ्यासातच जास्त आनंद मिळत असेल तर तुम्ही त्याला काय म्हणणार? अशीच परिस्थिती अध्यात्मातही असते. अध्यात्मामध्ये आजही लोकांनी जुनीच उत्तरं गृहीत धरली आहेत. जसं,

१. मागील जन्मांच्या कर्मांची फळ या जन्मी मिळतील.

२. आजच्या कर्मांचा आनंद आत्ता मिळणारच नाही. पुढील जन्मातच त्यांचा लाभ मिळेल.

३. नशिबात असेल तरच आपल्याला आनंद मिळतो. वास्तविक, आनंद हा सगळ्यांचा जन्मसिद्ध अधिकार आहे.

४. ईश्वर म्हणजे विशिष्ट चेहरा, दागिने, मेकअप असणारा. तसंच काही गोष्टींवर नाराज तर काहींवर खुश होणारा.

५. ईश्वराला जगाच्या निर्मितीसाठी सात दिवस लागले.

६. आज जे वाईट लोक चांगलं जीवन जगत आहेत, ते पुढील जन्मात वाईट कर्मांची फळं भोगतील.

हे सर्व ज्ञान सुरुवातीला सांगायला ठीक आहे. पण पुढे जाऊन त्यांची योग्य उत्तरंही द्यायला हवीत. जसं, लहान मुलांना ते लहान असताना देण्यात येणारी उत्तरं मोठेपणी नक्कीच वेगळी दिली जातात. तसंच अध्यात्मातही घडायला हवं.

पण आजही लोक जुन्याच उत्तरांना धरून बसले आहेत. ही माणसं, जुनं ज्ञान अंगीकारत नाहीत आणि नवीनही काही ऐकत नाहीत. या दोन्हींच्या मध्येच अडकून पडतात. परिणामी, जुन्या ज्ञानातच सगळं जीवन व्यतीत करतात.

भारतात मूलतः अध्यात्माचं ज्ञान, चुकीच्या समजुतींशी संबंधित आहे. अध्यात्माच्या चुकीच्या शिक्षणामुळे मनुष्य आयुष्यातील दुःखाचं, नैराश्याचं, असफलतेचं कारण शोधतो. परंतु त्याला खरं कारण सापडतच नाही. अशा वेळी त्या माणसाचा अहंकार स्वतःकडे कमीपणा घेऊन, 'मला माहिती नाही' असं मानायला तयार होत नाही. त्यामुळे अशी माणसं इतरांना कर्म-भाग्य, जीवन-मृत्यू, मागील जन्माच्या गोष्टी सांगत राहतात. अशाप्रकारे चुकीची उत्तरं सांगून मनुष्याची विचारशक्ती नष्ट केली गेलीय. जसं, काही कारणांमुळे, मुलांना समजावून सांगताना काही उत्तरं दिली जातात. पण मूल मोठं झालं की त्याला खरीच उत्तरं सांगायला हवीत. त्याचप्रमाणे के.जी.च्या अध्यात्मानंतरही हेच घडायला पाहिजे. अलीबाबा आणि चाळीस चोरांच्या गोष्टीमध्ये, चाळीस नाही तर पंचेचाळीस चोर होते असं जर आज म्हटलं तर लोक मानणार नाहीत. परंतु कथा बदलूही शकतात. त्यासंबंधी काळानुरूप पुन्हा विचार करण्याची गरज आहे. कहाण्यांचा खरा अर्थ लक्षात आला, की त्यांच्यात होणाऱ्या बदलांवर प्रश्नचिन्हं केली जाणार नाहीत, आक्षेप घेतला जाणार नाही.

आजच्या काळात लोकांची आध्यात्मिक प्रगती न होण्यामागं दोन कारणं आहेत - के.जी.च्या अध्यात्मामधून बाहेर न पडणं.

के. जी. चं अध्यात्म

- लोक मागील जन्मांच्या पापपुण्यांचा हिशेब करण्यात, त्यावर चर्चा करण्यात मग्न असतात. आज आपल्याकडून कोणत्या चुका होत आहेत, त्यात कशी सुधारणा होऊ शकते, याचा ते विचारच करत नाहीत. म्हणून एकच चूक वारंवार करत राहतात.
- भजन, कीर्तन, रामनामाची धून ऐकून कित्येक तरुणांची ही समजूत तयार होते, की अध्यात्म जाणून घ्यायचं असेल तर ते पन्नाशीनंतरच. वास्तवात, सत्याची,

अध्यात्माची प्राप्ती आयुष्यात लवकरात लवकर व्हायला हवी. जेणेकरून आपली आकलनशक्ती वाढून आपल्या कामांकडे दुर्लक्ष होणार नाही. शिवाय सगळी कार्यं तणावरहित, सहज मनाने, योग्य आणि चांगल्या प्रकारे करता येतील.

- काही लोक सत्संगाच्या नावाखाली नाचतात, उड्या मारतात, आरडाओरडा करतात. अध्यात्माच्या नावाखाली मनोरंजन करतात. परंतु खऱ्या अध्यात्मात मनाचं रंजन (मनोरंजन) नाही, तर भंजन होतं.

- सत्संग म्हणजे मंत्र, दीक्षा दिली जाते, नाव दिलं जातं. त्यानंतर श्वासाबरोबर ते वारंवार उच्चारण्याचा अभ्यास करायला सांगतात. मात्र खऱ्या अध्यात्मात या मंत्रांचा अर्थ समजावून सांगतात.

- सत्संगात विशिष्ट कपड्यांना आणि रंगांना प्राधान्य दिलं जातं. माळेला किंवा कर्मकांडाला महत्त्व दिलं जातं. लंगर, प्रसाद इत्यादी गोष्टी मुख्य मानल्या जातात. असं करा, असं करू नका, यावरच भर दिला जातो. हा त्याग करा, तो त्याग करू नका, हे शिकवलं जातं. संन्यासी बना, प्रपंचापासून दूर राहा, चिंता, क्रोध करू नका असं सांगितलं जातं, जे चुकीचं आहे.

- सत्संग किंवा अध्यात्माचा खरा अर्थ आज हरवलाय, हे शब्दच भ्रष्ट झाले आहेत. कारण सत्संग सोडला तर सातव्या नरकात जाल अशी भीती लोकांना घातली गेलीय. खरंतर जिथे भय, अंधश्रद्धा, धारणांचं दडपण लोकांना दिलं जातं, ते सत्संगच नरक आहेत. सत्संगाचा खरा अर्थ, सत्याबरोबर संग - सोबत. असं सत्य, ज्याच्या मात्र श्रवणाने आयुष्यात बदल घडतो, जो आपल्याला स्व-अनुभव घडवेल. परंतु बाह्य जगात नेमकं याच्याविरुद्ध घडतं. अनुभवाशिवाय जे पंडित मार्गदर्शन करतात त्यांचं बोलणं आपणही डोळे बंद करून स्वीकारतो आणि म्हणूनच अध्यात्माचं ज्ञान आज लोप पावलंय. अनुभव प्राप्त न केलेल्या लोकांनी 'आत्मसाक्षात्काराला' चुकीच्या समजुतींबरोबर जोडलंय. जसं, आत्मसाक्षात्कारानंतर, प्रकाश दिसेल, अमृतपान होईल, खेचरी क्रिया घडेल, कुंडलिनी चक्र जागृत होईल, अनाहत नाद ऐकू येईल, हजारो सूर्य दिसतील इत्यादी... अशा प्रकारे मनुष्य जीवनाचं मूळ लक्ष्य सोडून, स्वतःला विसरून (तो कोण आहे) या सगळ्या गोष्टींमागे, सिद्धींमागे लागला आहे.

भाग ८

आत्मसाक्षात्कार – भ्रम आणि वास्तव
सर्वोच्च आनंदाकडे वाटचाल

पृथ्वी कधीही आत्मसाक्षात्कारी लोकांशिवाय रिक्त राहिलेली नाही. अशा लोकांमुळेच विश्वाचं चक्र अव्याहतपणे सुरू आहे.

सुख-दुःख, लाभ-नुकसान, साठ वर्ष तप केल्यानंतर, सात जन्मांनंतर मुक्ती शक्य आहे आणि विकारमुक्तीनंतरच चमत्कार होतात हीदेखील धारणा आहे.

१. आत्मसाक्षात्कार प्राप्त (स्व-अनुभव) मनुष्य (गुरूनानक, कबीर, मीरा, ज्ञानेश्वर) कधी दुःखी राहत नाहीत, ते नेहमी सुखातच राहतात.

सुख-दुःखाच्या भोवऱ्यातून कायमस्वरूपी बाहेर पडणं म्हणजेच आत्मबोध प्राप्त करणं होय. कोणीतरी समजावल्याने किंवा एखाद्या टेक्निकद्वारे सुख-दुःखातून बाहेर पडण्याला मुक्त होणं म्हणत नाहीत. तर,

ज्या समजेद्वारे, ज्याचं श्रवण करताच व्यक्तीला, 'मी कोण आहे?', 'मी पृथ्वीवर का आहे?' याचा सुस्पष्ट रीत्या अनुभव येतो, त्यालाच सुख-दुःखापासून मुक्ती होणं म्हणतात.

सुख-दुःखातून बाहेर पडणं आणि त्या सत्‌चित आनंदात स्थापित होणं म्हणजे आपल्या स्वभावावर स्थित होणं होय, यालाच आत्मबोध म्हटलं गेलंय. व्यक्ती आपल्या स्वभावात स्थित झाल्यानंतरच तेजआनंद प्राप्त करू शकते. हा तेजानंद सुख-दुःखापलीकडचा आहे. तो मिळाल्यानंतर स्वतःच्या सुखासाठी व्यक्ती कोणत्याही बाह्य गोष्टीवर अवलंबून राहत नाही. बाहेरचे सगळे नकली, क्षणभंगुर आनंद काळानुरूप कमी होत जातात. परंतु समजेसह प्राप्त झालेला तेजानंद मात्र दिवसेंदिवस वाढतच जातो. बाह्य आनंद प्राप्त करण्यासाठी आपल्याला बाह्य गोष्टींची आवश्यकता असते. परंतु तेज आनंद हा फक्त आपल्या अस्तित्वामुळेच प्राप्त होतो, जो कधीही कमी होत नाही.

२. आत्मसाक्षात्कार काही लोकांसाठीच आहे.

लाखो जणांना आत्मसाक्षात्कार झाला परंतु आपल्यापर्यंत खूप कमी नावं पोहोचली. 'बुद्धांबरोबर त्या काळी त्यांच्यासोबत अखंडितपणे कार्य करणारे कोण होते? महावीरांबरोबर कोणते लोक होते? त्यांची नावं माहिती करून घेण्याचा आपण कधी प्रयत्न करतो का?' नाही, आपण त्याबद्दल नेहमीच बेफिकीर राहतो. त्यांच्याबद्दल माहिती करून घेण्याचा प्रयत्न आपण कधी करतच नाही. शिवाय अशा अपरिचित गोष्टी जाणण्याचे कष्टही मनुष्याला घ्यावेसे वाटत नाहीत. तसंच आत्मसाक्षात्कार म्हणजे काय आणि त्याची अभिव्यक्ती वेगवेगळ्या प्रकारे कशी होते, हेदेखील कुणाला ठाऊक नाही.

रमण महर्षींचं नाव आपण ऐकलं असेल. ते एक आत्मसाक्षात्कारी सत्पुरुष होते. परंतु त्यांचे शिष्य 'अन्नमलाई स्वामीं'ना ही आत्मसाक्षात्कार झाला, हे किती जणांना माहितीय? त्यांच्याबद्दल माहिती असणारी १% ही लोक नसतील. 'कोण हे अन्नमलाई स्वामी? आम्ही तर त्यांच्याबद्दल कधीच ऐकलं नाही' अशी उत्तरं मिळण्याचीच शक्यता आहे. रमण महर्षींच्या कित्येक शिष्यांनी

आत्मसाक्षात्कार प्राप्त केला. या शिष्यांची नावं ऐकल्यानंतर ते कुणालाही माहिती नसल्याचं लक्षात येईल. कारण त्यांना लोकप्रियता लाभली नाही आणि जरी लाभली असली तरी सर्वसामान्यांपर्यंत त्यांची कीर्ती पोहोचेल इतकी तर नक्कीच नाही! वर्तमानपत्रांमध्येही अशा 'अनाम सत्यशोधकांविषयी' काही लिहून येत नाही आणि आपणही अशी माहिती मिळवण्याचे प्रयत्न करत नाहीत. म्हणूनच अशा लोकांना प्रसिद्धी मिळत नाही. संत मीराबाई सगळ्यांनाच माहिती आहेत. पण त्यांच्या गुरूचं नाव विचारलं तर? 'रविदास' हे त्यांचे गुरू होते हे खूप कमी लोकांना माहिती असेल. रविदास आत्मसाक्षात्कारी होते. परंतु प्रसिद्ध नव्हते. मीराबाई अधिक लोकप्रिय झाल्या. कुठे गुरू अधिक प्रसिद्ध झालेले दिसतात तर कुठे शिष्य, हे कित्येकांच्या बाबतीत आढळेल. तर कधी विवेकानंद आणि रामकृष्ण परमहंस असे गुरु-शिष्य दोघंही प्रसिद्ध झालेले आढळून येतील.

रामानंद महाराज हे कबीरांचे गुरू होते. पण खूप कमी लोकांना ते माहिती असतील किंवा कोणाला ते माहिती नसण्याचीच शक्यता जास्त आहे. परंतु कबीरांना मात्र अमाप लोकप्रियता मिळाली. त्यांच्या दोह्यांवर लोकांनी प्रेम केलं. कारण कबीरांच्या दोह्याच्या रूपात ईश्वरीय ज्ञान पृथ्वीवर अवतरलं. लोक क्वचित एखादा दोहा ऐकायला तयारही होतील. संगीतातून येणारं ज्ञान ऐकण्यासाठी सामान्य मनुष्य लगेच तयार होतो. पण ज्यांनी सरळ उपदेश केला, ते प्रसिद्ध होत नाहीत. काही शरीरांमध्ये मौनाची अभिव्यक्ती झाल्यानंतर ते मौनातच स्थिर राहिले. अशांनाही लोक ओळखत नाहीत. मात्र, काही भक्त प्रसिद्ध झाले. कारण लोकांनी त्यांचं जीवन, त्यांचा सत्यमार्गाचा प्रवास समजून घेऊन त्यांच्यावर पुस्तकं लिहिली. निसर्गदत्त महाराज मुंबईतील एका सोसायटीमध्ये राहत होते. पण त्यांना आत्मसाक्षात्कार प्राप्त झालाय, हे त्या सोसायटीतील लोकांनादेखील माहिती नव्हतं. ज्यावेळी काही विदेशी माणसं निसर्गदत्त महाराजांना त्यांच्या छोट्याशा खोलीत भेटायला आली, त्यावेळी त्या सोसायटीमधल्या लोकांना विचार आला, तिथे नेमकं काय चाललंय? विदेशी माणसं त्यांच्याकडे का आली?

निसर्गदत्त महाराजांना परदेशी माणसं भेटायला आली होती कारण निसर्गदत्त महाराजांवर इंग्रजीतून कोणीतरी पुस्तक लिहिलं होतं. हे पुस्तक विदेशात प्रसिद्ध

झाल्याने परदेशातून लोक आले. निसर्गदत्त महाराजांचं संपूर्ण आयुष्य त्याच सोसायटीत गेलं होतं. उदरनिर्वाहाचं साधन म्हणून ते अगोदर पानपट्टी चालवायचे. परंतु त्यांच्या शेजाऱ्यांनाही त्यांची खरी ओळख नंतरच पटली.

तसं बघितलं तर असे खूप लोक आहेत पण आपण प्रयत्नपूर्वक त्यांची नावं, माहिती मिळवण्याचे कष्ट घेत नाही. कारण आपण ज्यांची नाव वारंवार ऐकतो तीच आपल्या आठवणीत राहतात. इतर नावं तर कुणाच्या लक्षातही राहात नाहीत.

शीख धर्मीय गुरू नानकांचं स्मरण करतात. कबीरपंथीय कबीरांचं तर इस्लाम धर्माचे लोक मोहम्मद पैगंबरांना स्मरतात. हिंदू पंथीयांना श्रीराम, कृष्ण आठवतात. मोठमोठ्या पंथांचे धर्मगुरू किंवा अवतार लक्षात राहतात. परंतु असे करोडो लोक झालेले आहेत, जे शांतपणे मौनामध्ये आपल्या आनंदाची अभिव्यक्ती करत राहिले. इतकंच काय पण त्यांच्या शेजाऱ्यांनादेखील कधी समजलं नाही. त्यातील काही जणांवर पुस्तकं लिहिली गेल्याने, त्या पुस्तकाला प्रसिद्धी लाभल्याने ते जनमानसापर्यंत पोहोचले. परंतु ज्यांना लोक ओळखू शकले नाहीत; असेही काही आत्मसाक्षात्कारी आहेत. आजपर्यंत ज्यांना ज्यांना आत्मसाक्षात्कार प्राप्त झाला, त्या सगळ्यांपर्यंत ना सत्यशोधक (ट्रूथ सीकर) पोहोचू शकला ना त्यांच्यावर कोणी पुस्तक लिहिलं. काही ठिकाणी लोक पोहोचलेदेखील. परंतु त्यांना लेखनाची सवय नव्हती. ती शरीरं त्यांच्या अनुभवात मग्न होती. तिथे, काहीतरी लिहावं, असा विचारच कधी आला नाही.

आत्मसाक्षात्कारानंतर प्रत्येकाकडून वेगवेगळी अभिव्यक्ती घडते. ज्या शरीरांकडून काही लिहिलं गेलं, ते समोर आले. ज्यांच्याकडून लिहिलं गेलं नाही ते कधी समोर आले नाहीत. काहींच्या डोळ्यांतून केवळ अश्रूच वाहत राहिले. काही भजनंच गात राहिले. त्यांची भजनं प्रसिद्ध झाली. ज्यांनी भजन गायली नाहीत ते समोर आले नाहीत. याचा अर्थ, लोकांना आत्मसाक्षात्कार झाला नाही, असं नाही. पृथ्वी कधीही आत्मसाक्षात्कारी लोकांशिवाय रिक्त राहिलेली नाही. विश्वाचं चक्र अशा लोकांमुळे अखंड सुरू आहे.

लोक मौन जाणू शकत नाहीत. तुमच्या आजूबाजूला कोणी मौन स्वीकारलं तर ती किती मोठी घटना आहे हे तुम्ही ओळखूही शकणार नाही. एखादी धक्कादायक घटना घडल्याने ते शांत झाले असतील, असं तुम्हाला वाटेल. तुम्ही जास्तीत जास्त काय कराल? तर, त्याला वेड्याच्या इस्पितळात पोहोचवून याल. वेड्यांच्या इस्पितळातही असे अनेक आत्मसाक्षात्कारी लोक आहेत. कारण त्या जागेमुळे त्यांच्या जीवनात काहीही फरक पडत नाही. आपण मौन जाणू शकत नाही आणि या गोष्टी शिकवणाऱ्या कोणत्या संस्थादेखील अस्तित्वात नाहीत आणि जे मौनी बनले आहे ते स्वतः काहीच सांगणार नाहीत. मग अशी माणसं समोर येणार तरी कशी? समजा, त्यांनी काही सांगितलं तरी ते काय सांगणार? तुम्ही जर विचारलं, 'तुम्ही आत्मसाक्षात्कारी आहात का?' तर ते म्हणतील, 'तू देखील आहेस तर मी का नाही?' कारण त्यांना सर्वांमध्ये केवळ अनुभवच (सेल्फ, ईश्वर) दिसतोय.

हा तेज आनंद (आत्मसाक्षात्कार) कोणालाही प्राप्त होऊ शकतो. मग तो रशियन, इंडियन, काळा, गोरा, हिंदू, मुसलमान, ख्रिश्चन अथवा शिख कोणत्याही धर्माला मानणारा असो... कोणीही हा तेज आनंद प्राप्त करू शकतो. मग तो लठ्ठ, सडपातळ, गोरा, काळा, उच्च, नीच, ब्राह्मण, क्षत्रिय कोणत्याही वर्णाचा असो, त्याला तेजानंदाची प्राप्ती होते. प्रत्येक मानवी शरीरामध्ये असणारं चैतन्य जागृत होऊ शकतं. हेच तर मनुष्यजन्माचं वैशिष्ट्य आहे. केवळ प्राण्यांमध्ये आणि बौद्धिक रीत्या रुग्ण असणाऱ्यांना आत्मसाक्षात्कार घडू शकत नाही.

३. आत्मसाक्षात्कार प्राप्त झाल्याने खूप फायदे होतात.

आत्मबोध झाल्यानंतर व्यक्ती फायदे आणि नुकसान यांच्या पलीकडे जाते.

आपण बाह्यजगात प्रत्येक गोष्ट फायदा-तोट्याच्या तराजूमध्येच तोलतो. परंतु समजेद्वारा या तुलनात्मक मनाचा मृत्यू होतो.

आपलं तुलनात्मक मन प्रत्येक गोष्टीची तुलना करत असतं... एखादी घटना घडली रे घडली की ताबडतोब हे मन तुलना करू लागतं, चांगलं झालं, वाईट झालं. या घटनेने माझा फायदा झाला की नुकसान झालं. याच तुलना करणाऱ्या

मनाला आपल्याला विलीन करायचं आहे. मगच तेजआनंद प्राप्त होणार आहे. एखादी व्यक्ती जेव्हा अंतिम सत्संगात येते तेव्हा हाच विचार करते, की इथे काहीतरी मिळणार आहे. हे ऐकण्याने माझा काय फायदा होणार आहे असा विचार तिच्या मनात येतो किंवा वेगवेगळी प्रवचनं ऐकताना तुलना होते, 'आजचं प्रवचन काही खास झालं नाही... त्या दिवशी फारच छान प्रवचन झालं...' परंतु साधक जसजशी प्रवचनं ऐकत जातो, तसतशी त्याची समजही वाढू लागते. त्यानंतर त्याला समजतं, की फायदा-तोटा ही मनाची भाषा आहे. अशा गोष्टी मनाच्या कक्षेत येतात. त्यानंतर जेव्हा तो ही बिरुदं, लेबल काढून ऐकतो तेव्हाच सत्याच्या ज्ञानात पारंगत होतो. तुलनात्मक मनापासून मिळणारी मुक्ती साधकाला लाभ-नुकसान यांच्या पलीकडे घेऊन जाते.

४. आत्मसाक्षात्कारासाठी खूप तप करावं लागतं, त्यासाठी सात जन्म लागतात.

आत्मसाक्षात्कारासाठी केवळ मनाची लेबल्स दूर होण्याची आवश्यकता असते. त्यासाठी कोणत्याही तपाची गरज नसते. जसं, बाळ जन्माला येतं तेव्हा त्याच्यावर कोणतंही लेबल लावलं जात नाही. जगामध्ये येताच त्याचे आईवडील, गुरुजन आणि नातेवाईक सगळे त्याला सर्वप्रथम नावाचं लेबल लावतात. त्यानंतर अशी कितीतरी लेबल्स लावली जातात.

१. **नावाचं लेबल** : माझं नाव खुशीराम आहे, माझं नाव राजेश आहे, माझं नाव चंगू आहे किंवा मंगू आहे.

२. **धर्माचं लेबल** : मी हिंदू आहे, मी मुसलमान आहे, मी शिख आहे किंवा मी ख्रिश्चन आहे, अशीही लेबल्स लावली जातात.

३. **नात्यांचं लेबल** : मी भाऊ आहे, मी बहीण आहे, मामा आहे, मामी आहे, काका आहे, काकू आहे.

४. **कामाचं लेबल** : मी डॉक्टर आहे, मी इंजिनिअर आहे, मी व्यावसायिक आहे, मी शिपाई आहे, मी दुकानदार आहे, मी प्रोफेसर आहे.

५. **शरीर आणि मनाचं लेबल** : मी स्त्री आहे, मी पुरुष आहे, मी मित्र

आहे, मी शत्रू आहे, मी गृहस्थ आहे, मी संन्यासी आहे, मी बुद्धू आहे, मी हुशार आहे.

अशा प्रकारची कित्येक लेबल्स आपण आपल्या बरोबर घेऊन फिरतोय. या लेबल्समुळे आपण तेजआनंदापासून वंचित राहतो. या लेबलपासून मुक्त होण्यासाठी आपल्या जीवनात तेज मित्राची अत्यंत आवश्यकता आहे. जोपर्यंत तेजपारखी आपल्याला संकेत करत नाहीत, तोपर्यंत आपली या लेबलपासून सुटका होणार नाही. परंतु ती सगळी नाहीशी होताच आपण त्या परम आनंदाचा आस्वाद घेऊ शकतो. केवळ मान्यतांमुळेच आपण स्वतःला वेगळे समजतो. आत्मसाक्षात्कारासाठी केवळ मान्यतेचा पडदा दूर होण्याची गरज आहे. मान्यता दूर होताच 'मी कोण आहे' हे आपल्याला सहजपणे समजतं. या सर्व लेबल्समध्ये एक मुख्य लेबल आहे गुरू आणि शिष्याचं. तेदेखील नाहीसं होण्याची आवश्यकता असते. परंतु कोणी अगोदरच हे लेबल दूर करण्याचा मूर्खपणा केला तर पुढे कार्य घडू शकणार नाही. ही लेबल्स नाहीशी होताच सगळ्यात मोठं लेबल जे, 'मी म्हणजे शरीर आणि मन आहे' हे आपण आपल्याबरोबर घेऊन फिरत असतो.

१) शरीराचं लेबल - शरीराला 'मी' मानणं हेच सगळ्यात मोठं लेबल आहे. हे शरीर, ज्याच्याद्वारे 'मी' बोलतोय तेव्हा त्यालाच 'मी' कसं मानणार? शरीर तर केवळ निमित्तमात्र आहे, केवळ एक द्वार आहे, ज्याच्याद्वारे बोललं जातं. जसं, आईवडिलांच्या माध्यमातून मुलं या जगात येतात. त्यामुळे मुलांना पृथ्वीवर आणण्यासाठी आई-वडील केवळ निमित्त आहेत. पण प्रत्यक्षात तेच मुलांचे मालक बनतात.

२) एखाद्या ॲक्सिडेंटमध्ये व्यक्तीचे हात-पाय कापले तरीदेखील तो स्वतःला आतून पूर्णच अनुभवतो. एक पाय नसल्याने किंवा एक हात कापल्याने तो मी अर्धा झालोय असं म्हणत नाही. आपल्या अस्तित्वाची जाणीव ही कायम पूर्णच असते. व्यक्ती, केवळ चुकीच्या धारणेमुळे स्वतःला शरीर मानून बसते. शरीर तर केवळ एक जड वस्तू आहे, जसं पंखा - केवळ एक वस्तू आहे. त्याचप्रमाणे शरीरदेखील एक वस्तू आहे. परंतु या शरीराला मी मानून जगत राहणं यालाच अहंकार म्हटलंय.

३) आपण शरीराशी इतकं तादात्म्य पावलोय, की त्यासंबंधी कोणी संकेत जरी दिला तरीदेखील आपण त्यावर लगेचच विश्वास ठेवत नाही. परंतु, 'शरीर आणि मी वेगवेगळे आहोत' हे वास्तव आता स्वीकारायचं आहे. जसं, माइकचं उदाहरण बघा. माइक बोलण्यासाठी वापरण्यात येणारं केवळ एक उपकरण आहे. जर व्यक्तीने माइकवरून सांगितलं, 'मी बोलतोय...' आणि या शब्दांमुळे माइकलाच भ्रम झाला, की स्वत: तो बोलतोय तर तुम्ही त्याला काय सांगाल? हेच ना, की 'तू केवळ एक वस्तू आहेस आणि तुझ्याद्वारे जो बोलतोय तो चैतन्य, सेल्फ, ईश्वर, वक्ता, बोलणारा आहे.'

अशा प्रकारे या शरीराद्वारे बोलणाऱ्यालाच जाणायचं आहे. कारण त्याला जाणणं म्हणजेच स्वतःशी परिचित होणं होय. स्व-ज्ञान होताक्षणीच आपल्याला समजेल, की शरीर निमित्तमात्र आहे आणि ते केवळ निमित्त म्हणूनच काम करतंय.

४) शरीराला जर 'मी' मानलं तर शरीरातून वाहणाऱ्या रक्ताची जाणीव आपल्याला होते का? वास्तवात आपण जर शरीर आहोत तर आपल्याला शरीरातून वाहणाऱ्या रक्ताचा ओलसरपणा जाणवायला हवा. आणि आपण स्वतःदेखील ओलं असल्याचा अनुभव यायला हवा. परंतु असं तर घडत नाही. आपण नेहमी कोरडे असल्याचीच जाणीव आपल्याला होते.

५) आत्मसाक्षात्कारामध्ये 'मी हे शरीर नाही' हेच ज्ञान मिळतं. या शरीराआधीही मी होतो आणि या शरीराच्या मृत्यूनंतरही 'मी' राहणार आहे. आत्ताही जर तुम्ही डोळे मिटून आपल्या अस्तित्वावर ध्यान दिलं तर, त्यात कोणताही बदल घडत नाही हे समजेल. जो काही बदल घडतो तो फक्त शरीरामध्येच. बालक असतानाचं आपलं अस्तित्व हे आजच्यासारखंच आहे. कोणी डोळे बंद करून 'मी याच क्षणी वृद्ध झालोय' अशी कल्पना केली, तरीही तो आपल्या असण्याची जाणीव आजच्यासारखीच अनुभवेल. यामधून समज हीच मिळते, की सुख, दुःख, वेदना, संताप, असे कोणतेही बदल हे फक्त शारीरिक स्तरावरच घडतात.

शरीराच्या या लेबलबरोबरच आपण स्वतःला मन मानतोय, हेदेखील आणखी

एक महत्त्वाचं लेबल आहे. मन म्हणजे विचारांचं भेंडोळं. विचारांच्या या बदलामुळेच आपण सुख-दुःख मानत राहतो. पण सुख आणि दुःख हेदेखील विचारच आहेत आणि ते प्रत्येक क्षणी बदलत राहतात. या 'समजे'च्या आधी या विचारांनाच आपण मी मानून बसतो. शिवाय या विचारांशी आपण इतक्या लवकर आसक्त होतो, की विचार म्हणजेच मी असं समजून आयुष्य जगतो.

संपूर्ण दिवसात आपल्याला कितीतरी विचार येतात. जसं, मी उदास आहे. तेव्हा आपण स्वतःला कधीही विचारत नाही, 'कोण उदास आहे?' कारण मी उदास आहे हा तर केवळ एक विचार आहे. हा विचार येताच आपण आपलं खरं स्थान, 'तेजस्थान' सोडून विचारांबरोबर एकरूप होतो, तादात्म्य पावतो. अशा प्रकारे दिवसभर कितीतरी विचार येत राहतात. आपण त्यांच्याशी ताबडतोब चिकटतो, आसक्त होतो. 'मी बोअर झालो' हादेखील केवळ एक विचारच आहे. जो येताच आपण स्वतःला बोअर समजू लागतो. विचारांशी एकरूप होताच, आपण जे नाही तेच बनतो. या विचारांना 'मी' समजून जगणं हीच सर्वांत मोठी धारणा आहे, जी समजेसह नष्ट होणं खूपच गरजेचं आहे. ती आपल्याला, 'मला माझी जाणीव होण्यासाठी विचार केवळ निमित्त आहेत' हे सांगेल. विचारांमुळेच तर मला माझी जाणीव होऊ शकते. रात्री गाढ झोपेमध्ये जेव्हा विचार अजिबात नसतात, तेव्हा मला माझी जाणीवही होत नाही.

शरीर आणि मन हे केवळ निमित्तमात्र आहेत. समजा, आपण एक आरसा घेऊन सगळीकडे फिरतोय. या आरशात आपल्याला असली 'स्व'रूप दिसतंय. आता हा आरसा म्हणजे काय बरं? हा आरसा म्हणजे आपलं शरीर. शरीरामुळेच आपण स्व-अस्तित्व अनुभवू शकतोय. हा शरीररूपी आरसा कधी विचारांनी व्यापलेला असतो तर कधी या आरशात वेदना असतात, पण यामुळे आपल्या खऱ्या अस्तित्वाला काहीही फरक पडत नाही. उद्या जर हा आरसा तुटला म्हणजेच आपल्या शरीराचा मृत्यू जरी झाला, तरीदेखील 'खरा मी' तसाच राहील. रात्री गाढ झोपेत नेमकं हेच तर घडतं! विचार बंद होताच आपल्याला स्वतःच्या असली अस्तित्वाची जाणीवही होत नाही. पण तरीही 'असली मी' असतोच. सकाळी उठल्यावर आपण म्हणतो, 'माझी झोप छान झाली.' आता विचार

करा, आपण गाढ झोपेत होतो, मग 'झोप छान झाली' हे आपल्याला कसं बरं कळालं? जो गाढ झोपेमध्येही होता, तो या क्षणीही आहे. थोडक्यात, जागृती-स्वप्न-निद्रा या तिन्ही अवस्थांमध्ये 'जाणणारा' एकच आहे. याच सत्य स्वरूपाला जाणणं, खऱ्या 'मी'ला ओळखणं म्हणजेच 'आत्मबोध'.

ही दोन लेबल्स नाहीशी होताच व्यक्तीदेखील विलीन होते. व्यक्ती जी विचारांमुळे बनलीय, तिला 'ती तर फक्त विचारच आहे' अशी समज मिळते. व्यक्ती (अहंकार) लीन होणं, नाहीशी होणं यालाच आत्मसाक्षात्कार म्हटलंय.

५. **व्यक्तीला आत्मसाक्षात्कार, स्वबोध प्राप्त होतो.**

आजपर्यंत कोणतीही व्यक्ती 'रिअलाइज्ड' झाली नाही. तर व्यक्ती विलीन झाल्यानंतरच आत्मसाक्षात्कार होतो. सुरुवातीला तर हेच म्हणावं लागतं, की रमण महर्षी रिअलाइज्ड झाले, गुरू नानक रिअलाइज्ड झाले, बुद्ध रिअलाइज्ड झाले, परंतु व्यक्ती कधी रिइलाइज्ड झाली नाही. व्यक्तीचा अर्थ आहे अहंकार जो स्वतःला सगळ्यांपेक्षा वेगळा मानतो. जेव्हा वेगळेपणाची धारणा नष्ट होऊन, सर्वांमध्ये एकच चेतना काम करतेय, हे समजतं, तेव्हाच आत्मसाक्षात्कार होतो. जसं, चश्मा डोळ्यांना पाहू शकत नाही. तसंच मनही स्वसाक्षीला (सेल्फ, आत्मा, परमेश्वराला) पाहू शकत नाही.

६. **आत्मसाक्षात्कारानंतर जेव्हा व्यक्ती (अहंकार) लीन होते, तेव्हा बरेचसे बाह्य बदलही आपोआप घडतात. जसं, मांसमच्छी खाणं सोडणं.**

आत्मसाक्षात्काराच्या मार्गात हा सर्वांत मोठा अडथळा बनतो. कारण आजपर्यंत ज्या ज्या लोकांना तेजज्ञान प्राप्त झालं, त्यांना एकसारखाच अनुभव आला. फक्त त्यांनी त्याची अभिव्यक्ती वेगवेगळ्या प्रकारे केली इतकंच. कारण बाहेरून पाहणारी माणसं त्यांच्या मतानुसार पाहतात. काही लोक अनुभवानंतर मौनात गेले. कमी बोलणारे थोडं जास्त बोलू लागले. ज्यांनी पूर्वी कधीही भजनं गायली नव्हती; ते भजनं आळवू लागले. लिहिता-वाचता न येणारे उपनिषद, पुराणांची भाषा बोलू लागले. रमण महर्षींसारखे ज्ञानी तर १५ वर्षांपर्यंत काहीही बोलले

नाहीत. मोहम्मद पैगंबरांनी, ते अल्लाचे प्रेषित बनतील असा विचारही आयुष्यात कधी केला नव्हता. मात्र त्यांच्याकडून संपूर्ण कुराण भाषित झाला.

शिवाय असंही होऊ शकतं, की स्वबोधानंतर आधीचंच काम सुरू राहू शकतं. जसं, दुकानदार आपलं दुकानच चालवत राहील. बकरी कापणारा पिढीजात व्यवसायामुळे बकरीच कापत राहील किंवा कदाचित तो आपल्या उपजीविकेचं साधन बदलेलही. आत्मसाक्षात्कारानंतर मनुष्यात बाह्य बदल घडायलाच हवा, हे आवश्यक नाही. बदल घडेलही परंतु तो एका समजेच्या अंतर्गत असेल. आत्मसाक्षात्कारानंतर मनुष्य स्वमत, गुरुमत यालाच जास्त महत्त्व देईल, लोकमताला नाही.

संपूर्ण जग म्हणेल, की तुम्ही शांत नाही. पण तुम्हाला जर शांतता जाणवत असेल, तर तुम्ही तेच खरं मानाल. बाहेरून पाहणारे लोक त्यांच्या हिशेबाने तुलना करायला बघतात. पूर्वी जसे ज्ञानी लोक झाले त्याचप्रमाणे नवीन संतही यायला हवेत. परंतु 'सेल्फ', 'ईश्वर' किंवा 'निसर्ग' एकाच गोष्टीची पुनरावृत्ती कधीही करत नाही. त्याचा विश्वास हा कायम नव्यावरच असतो. निसर्ग बुद्ध, मीरा, रमण महर्षी, महावीर, कबीर, ज्ञानेश्वर, तुकाराम, एकनाथ, नामदेव यांच्याद्वारे एकच बाब वेगवेगळ्या ढंगाने प्रस्तुत (अभिव्यक्त) करू इच्छितो. हा निसर्गाचा नियम आहे पण मनुष्याच्या मनाची इच्छा असते, की ज्ञानी लोकांनी असं चालावं, अमुक प्रकारच्या गोष्टी कराव्या, जर तो तशा प्रकारे चालत नसेल किंवा बोलत नसेल तर तो ज्ञानी नाहीच... कोणतीही गोष्ट समजायला कठीण वाटू नये म्हणून मन प्रत्येक गोष्ट फिक्स, पक्कं पकडतं. परंतु मनानं असं 'फिक्स' घट्ट धरून ठेवणं हाच आत्मसाक्षात्कारातला सगळ्यात मोठा अडथळा आहे.

७. आत्मसाक्षात्कारानंतर मनुष्याला कधीही राग येत नाही, त्याच्या नजरेमध्ये नेहमीच प्रेम असतं.

जगामध्ये असे कित्येक लोक आहेत, ज्यांना कधीच राग येत नाही. याचा अर्थ ते सगळे सेल्फ रिअलाइज्ड आहेत का? अशी कितीतरी माणसं आहेत जी प्रत्येक घटनेत शांतच राहतात. मग ते ज्ञानी आहेत का? असे अनेक कलाकार

आहेत जे क्रोध न करण्याचा, संयमाचा अभिनय उत्तम करू शकतात. त्यांना ज्ञानी म्हणायचं का? राग येण्याने किंवा न येण्याने स्वज्ञानीला काहीच फरक पडत नाही, जिथे ही घटना होते. कारण आता तिथे 'मी रागावलो, मला रागवायला नको होतं, इथून पुढे मी रागावणार नाही' असा विचार करणाऱ्या व्यक्तीचं अस्तित्वच आता समाप्त झालेलं असतं. तिथे केवळ साक्षी, समजच शिल्लक राहते, जो सगळ्या घटनांना केवळ जाणणारा आहे. तो एकांतात बसून असा विचार करणार नाही, की आजकाल मला राग येत नाही, मी आता खूपच नम्रपणे बोलतो, मी अशाप्रकारे बसतो किंवा अमुक प्रकारे उठतो. त्या शरीराकडून परिस्थितीनुसार तेजस्थानाद्वारे क्रिया घडतात, ज्यात सगळ्यांचं हित सामावलेलं असतं. त्यामुळे रागावणं किंवा न रागावणं... दोन्हीही क्रियांचा कर्ता तो नसतो.

८. **आत्मसाक्षात्कार झालेल्या (सेल्फ रिअलाइज्ड) मनुष्याला स्वप्नं पडत नाहीत.**

ही धारणा चुकीची आहे. कारण आत्मबोधानंतर मनुष्य केवळ स्वप्नच पाहतो. रात्री तर स्वप्न पाहतोच शिवाय जागृतीनंतरही त्याचं आयुष्य केवळ स्वप्नच बनून राहतं. जसं, मनुष्य झोपेतही स्वप्न पाहतो आणि तेव्हा त्याला कितीतरी दृश्यं दिसतात. ती पाहताना तो त्यांनाच सत्य समजू लागतो. अशा प्रकारे या चलत्-दृश्यांनादेखील मनुष्य वास्तव मानतो. परंतु तेजज्ञानाद्वारे समज प्राप्त झाल्याने विश्वातील प्रत्येक कार्य त्याच्यासाठी स्वप्नच बनून राहतं.

समजा, एका मोठ्या पडद्यावर भव्य-दिव्य चित्रपट सुरू आहे. त्यामध्ये वेगवेगळे कलाकार अभिनय करत आहेत. या चित्रपटात मधूनच कधी आगीची दृश्यं दाखवली जातात. परंतु त्या आगीचा पडद्यावर काहीच परिणाम होत नाही. दृश्यामध्ये आग लागूनही पडद्याला आग लागत नाही. त्याचप्रमाणे जीवनात जे काही बदल घडतात, ते फक्त दृश्यामध्येच घडतात. परंतु खऱ्या स्वसाक्षीवर त्याचा कोणताही परिणाम होत नाही. आत्मसाक्षात्कार झालेल्यांसाठी सर्व बाबी सेल्फची (ईश्वराची) माया (स्वप्न) बनून राहतात. तो कोणत्याही गोष्टीला स्वप्नापेक्षा जास्त महत्त्व देत नाही. कारण ही लीला दोन स्वप्नांमध्ये म्हणजेच दिवस आणि रात्रीच्या संयोगातून अखंडितपणे कशी सुरू आहे, हे त्याला उमगतं.

९. आत्मसाक्षात्कारासाठी संसारत्यागाची आवश्यकता आहे.

आत्मबोधासाठी या संसाराचा त्याग करावा लागतो, ही खूप जुनी समजूत आहे. प्रत्यक्षात ती केवळ एक मान्यता, पूर्वग्रह आहे. 'समजे'द्वारा आपल्याला हे ज्ञान प्राप्त होतं, की संसारात राहून संसारी बनणं ही जशी मान्यता आहे, तशीच संसार सोडून संन्यासी बनणं हीदेखील मान्यताच आहे. दोन्हींचीही लेबल्स सारखीच आहेत. परंतु या दोन्हीच्या पलीकडेही एक अवस्था आहे, जिला 'तेज संसारी' म्हणतात. तेजसंसारी म्हणजे, संन्यास आणि प्रपंच यांच्या पलीकडे असणारा मनुष्य. या जगामध्ये काही लोक संसारी तर काही संन्यासी बनले आहेत. परंतु 'तेज संसारी' दोन्हींपासून मुक्त आहे. हे केवळ समजेद्वारेच आपल्याला समजावलं जातं, की 'तेज संसारींना' काहीही सोडण्याची आवश्यकता नसते. प्रपंचात राहूनच त्यांना बोध प्राप्त होतो. एक काळ असा होता जेव्हा व्यक्तीला ज्ञानप्राप्तीसाठी सर्वसंग परित्याग करायला, सर्व काही सोडून द्यायला सांगायचे. त्यासंबंधी वेळोवेळी, विविध लोकांनी नानाविध पद्धती शोधल्या. ही समज प्राप्त झाल्यानंतर मनुष्य प्रपंचात राहूनही 'स्व'वर, स्वस्थानावर सहजपणे स्थापित राहतो. ही समज जसजशी वाढत जाईल, तसंतसं स्वतःमध्ये स्थिर राहणं सहज होत जाईल. गुरू नानक, कबीर, संत तुकाराम यांसारखी अनेक उदाहरणं आहेत जे प्रपंचात राहूनही स्वानुभवावर स्थापित राहिले.

१०. आत्मबोधप्राप्त मनुष्य संपूर्ण दिवस समाधीमध्ये राहतो.

लोकांची ही मान्यता आहे की आत्मसाक्षात्कार प्राप्त केलेला मनुष्य डोळे बंद करून सदैव ध्यान आणि समाधीमध्ये राहतो. लोकांनी गौतम बुद्ध, महावीरांच्या ध्यानस्थ अवस्थेतील प्रतिमा पाहिल्या आणि अशा प्रकारच्या धारणा बनल्या.

'स्व'वर जितकं सहजपणे राहता येईल तितकंच आत्मबोधप्राप्त माणसाला समजत जाईल, की समाधी हा तर त्याचा मूळ स्वभाव आहे. त्याला कोणत्याही ध्यानात-आसनात बसण्याची आवश्यकता नाही. स्वानुभवावर सहजपणे स्थापित होण्यातून सहज समाधी फलद्रूप होईल. दैनंदिन कामं सहज मनाने घडतील. त्या शरीराचा जो रोल (कार्य, लक्ष्य) आहे, ज्याच्यासाठी तो पृथ्वीवर आला आहे, तो तर होतच राहील, तेदेखील जोमानं!

११. आत्मसाक्षात्कार प्राप्त झाल्यानंतर सगळेच त्या ज्ञानाचा प्रसार करतात.

आत्मबोधाच्या प्राप्तीनंतर सर्व ज्ञानिजनांनी त्याचा प्रसार करायलाच हवा, अशी अट नाही. परंतु ज्ञानप्राप्तीनंतर नेहमीच तसा प्रसार केला गेला. जसं नानक, बुद्ध, महावीरांनी सर्वत्र फिरून या ज्ञानाचा प्रसार केला. मीराने नृत्य, भजन अभिव्यक्तीतून तर कबीरांनी आपल्या दोह्यांच्या माध्यमातून हेच ज्ञान सर्वांपर्यंत पोहोचवलं. सगळ्यांना प्राप्त झालेलं ज्ञान हे समान असूनही लोकांनी त्याचा प्रसार वेगवेगळ्या प्रकारे केला. अशीही काही आत्मसाक्षात्कारी माणसं होती, जे शांतपणे त्यांचं काम करत राहिले आणि कार्य संपल्यावर जगातून निघून गेले. समाज अशा माणसांबद्दल अनभिज्ञच राहिला.

१२. आत्मसाक्षात्कारी मनुष्याच्या जवळ जाताच शक्ती, सुगंध जाणवतो, अहंकार विलीन झाल्याचा अनुभव येतो.

बुद्ध, येशू, मीरा यांच्या विरोधातही अनेक लोक होते. तसेच त्यांना दगड मारणारे, त्रास देणारे आणि सुळावर चढवणारेही होते. मग त्या लोकांना शक्ती, सुगंध किंवा शांतीचा अनुभव का आला नाही? वास्तव हे आहे, की सत्यपिपासू, सत्याची ओढ असणारे लोक आत्मसाक्षात्कारी पुरुषांच्या संपर्कात येताच मौन, शक्ती आणि आनंद अनुभवतात. कारण ते ग्रहणशील असतात. घराची खिडकी उघडल्यानंतरच सूर्यप्रकाश आत येतो ना? जे ग्रहणशील नसतात, ज्यांची खिडकी बंद असते, जे अविश्वासू, अहंकारी आहेत, त्या लोकांना अशा प्रकारचा कोणताही अनुभव येत नाही.

१३. आत्मसाक्षात्कारानंतर सगळ्यांनी चमत्कार दाखवायला हवेत.

आत्मबोधप्राप्त सत्पुरुषांनी चमत्कार दाखवायलाच पाहिजेत, ही तर केवळ एक धारणा आहे. याच कल्पनेमुळे कित्येक भोंदूंनी खोटे चमत्कार दाखवले आणि त्यातून आपल्याला आत्मज्ञानाची प्राप्ती झालीय, असं दाखवण्याचा प्रयत्न केला. शिवाय असे कित्येक आत्मबोधी होते, ज्यांनी चमत्कार तर दाखवले पण त्यांच्यासाठी ती अत्यंत सहज घटना होती. मुळात त्यांना, त्यांच्या चमत्काराने

कोणाला लाभ मिळेल किंवा हानी होईल यांसारख्या गोष्टींशी काहीही घेणं-देणं नव्हतं. त्यांच्या शरीराकडून त्या वेळी जे काही करवून घेतलं जात होतं, त्यासाठी ते केवळ निमित्तमात्र होते. त्या काळातील परिस्थितीनुसार तसंच आवश्यकतेनुसार जे महत्त्वपूर्ण होतं, ते त्या शरीराद्वारे करवून घेतलं गेलं.

या ज्ञानाची प्राप्ती झालेल्या विद्वानांचं सान्निध्य लाभणं हाच खूप मोठा चमत्कार आहे. मग या ज्ञानप्रकाशात साधकाच्या मनातील अज्ञान आपोआप नाहीसं होतं.

सत्यमार्गावर चालणाऱ्या मनुष्याला कित्येक प्रकारचे अनुभव येतात आणि या अनुभवांबरोबर त्याला अनेक सिद्धीही प्राप्त होतात. परंतु, सगळ्याच आत्मसाक्षात्कारी लोकांनी चमत्कार दाखवायलाच हवेत, हे अनिवार्य नाही. कारण ज्या रिद्धी-सिद्धी या मार्गाच्या वाटेवर असतात, त्यांच्यामुळे आत्मसाक्षात्कारात बाधाच येते. यासाठी साधकाने या मार्गात येणारे अनुभव किंवा प्राप्त होणाऱ्या सिद्धींकडे दुर्लक्ष करून आत्मसाक्षात्काराची वाटचाल अखंडित ठेवावी. 'स्वतःवर स्थिरावणं' यापेक्षा मोठा चमत्कार तो कोणता!

काही ज्ञानी लोकांनी चमत्काराच्या माध्यमातून हे ज्ञान लोकांपर्यंत पोहोचवलं. त्या काळाच्या मागणीनुसार आत्मसाक्षात्कारप्राप्त लोकांकडून तसे चमत्कार घडले. परंतु चमत्कारामुळे लोकांचे गोंधळ कमी होण्याऐवजी उलटे वाढलेच. त्या वेळी त्यांच्या समोर उपलब्ध असणाऱ्या लोकांवर त्यांनी त्या चमत्कारांचा उपयोग केला. चमत्कार पाहून काही लोक नतमस्तक होतात, त्यांची श्रद्धा वाढते आणि ते सत्यमार्गावर वाटचाल करतात. चमत्कारात अडकून हानीदेखील होऊ शकते. चमत्कार शारीरिक शक्ती, सिद्धींशी संबंधित आहेत. तर स्वबोध हा शरीरापलीकडे, शरीरामुळे जाणता येणारा आहे.

१४. आत्मबोध प्राप्त झालेला माणूस कधीही आजारी पडत नाही आणि तो इतरांचे आजारही दूर करतो.

आत्मसाक्षात्कारानंतर मनुष्य कधीही आजारी पडू शकत नाही, ही एक मोठी मान्यता आहे. आजार तर शरीराला होतो. मात्र आत्मबोधानंतर मनुष्याला उमगतं,

की आजारी पडणारा मी नाही. माझं अस्तित्व हे त्या शरीरापेक्षा खूप वेगळं आहे. आत्मबोधापूर्वी जसं, शरीराचं दुखणंखुपणं असायचं, तसंच ते आत्ताही होईल. परंतु या शरीराशी अगोदर जे तादात्म्य होतं, ते आता नाहीसं होईल. ज्ञानप्राप्तीपूर्वी मनुष्याला वाटतं, 'मी आजारी पडलो, मला दुखतंय.' परंतु आत्मबोधानंतर 'मी या शरीराच्या दुःख-वेदनेला केवळ जाणणारा स्वसाक्षी आहे, तो आजारीही नाही आणि निरोगीही नाही' ही समज त्याला प्राप्त होते.

आत्मबोधप्राप्त मनुष्याने इतरांचे आजार दूर करावेत, ही अध्यात्मातील सर्वांत मोठी मान्यता आहे. वास्तविक इतरांच्या पीडा, दुःख, वेदना त्याने दूर करण्याची गरज नाही. कित्येक संतांनी अशा प्रकारे लोकांच्या वेदना, दुःखांचं निवारण केलंही. आपल्या हस्त-स्पर्शाने इतरांचे आजार पळून जातात, ते रोगमुक्त होतात, यापासून ते स्वतःही अनभिज्ञच होते. सहजपणे या गोष्टी त्यांच्याकडून घडत होत्या. त्यांच्यासाठी अशा घटना सहज, सामान्य होत्या. जसं, येशू ख्रिस्तांनी त्यांच्या काळात कित्येक लोकांना रोगमुक्त केलं. परंतु आत्मबोध प्राप्त असणाऱ्या सर्वांनीच इतरांचं दुःख, आजार, वेदना बऱ्या करण्याची गरज नाही. कित्येक लोक आत्मबोधप्राप्त माणसांकडे आपले शारीरिक आजार, वेदना बऱ्या व्हाव्यात म्हणून जातात. शारीरिक आजार बरा केल्यानंतर पुन्हा होऊ शकतो. परंतु स्व-बोधाच्या ज्ञानामुळे माणसाची जीवनामध्येच शरीराशी असणारी आसक्ती समाप्त होते. तो स्वतःला शरीरापासून वेगळा समजायला लागतो, 'स्व'वर राहण्यास सुरुवात करतो.

१५. आत्मसाक्षात्कार सर्वांसाठी एकसारखा नसतो.

स्वानुभव हा प्रत्येकासाठी वेगवेगळा असतो, ही एक खूप मोठी मान्यता आहे. पृथ्वीवर आजपर्यंत आत्मबोध प्राप्त झालेल्या सर्वांचा अनुभव हा एकसारखाच आहे. तो कोणाला कमी किंवा कोणाला जास्त आला, असं नाही. फक्त आत्मबोधाची घटना जेव्हा त्या त्या शरीरांमध्ये घडली, तेव्हा त्या महापुरुषांकडून वेगवेगळी अभिव्यक्ती घडली. जे शरीर भजनामध्ये लीन होतं, त्याला शेवटी समज मिळाली आणि जे शरीर ज्ञानमार्गावर होतं, त्याला भजन मिळालं.

भजनामुळे ईश्वरप्राप्ती होते, ध्यान केल्याने मोक्ष मिळतो, अशी आजपर्यंत

सगळ्यांचीच समजूत होती. परंतु समजेच्या मार्गावर चालत राहणाऱ्यांना असं ज्ञान मिळतं, की अगोदर ईश्वरप्राप्ती घडेल नंतरच शुद्ध भजनं बनतील. पहिल्यांदा मोक्ष मिळेल मग ध्यान होईल. सुरुवातीला, 'मी कोण आहे' हे जाणलं जाईल. मग मिळेल यथार्थ ज्ञान. मनुष्य जसजसा 'स्व'वर राहील, तसतसा आपल्या विकारांपासून मुक्त होत जाईल. त्याला एकेका विकाराशी लढावं लागणार नाही. तेव्हा, अनुभव हा समानच आहे. परंतु तो व्यक्त करण्याची, सांगण्याची, समजवण्याची पद्धत वेगवेगळी आहे आणि हेच तर आहे निसर्गाचं सौंदर्य!

१६. कुंडलिनी (आंतरिक शक्ती) जागृत होणं, लाखो सूर्यांचं दर्शन घडणं म्हणजेच आत्मसाक्षात्कार!

'मला शरीरावर अनुभव व्हावा. जसा माझ्या डोळ्यांना प्रकाश दिसतो, तसाच आतमध्येही दिसावा' अशी अपेक्षा करणं हादेखील आत्मसाक्षात्कारातला खूप मोठा अडथळा आहे. अनुभवाविषयी जेव्हा जेव्हा बोललं जातं, तेव्हा व्यक्तीला मनाचा आणि शरीराचाच अनुभव आठवतो. अशा प्रकारचे जे अनुभव आहेत, ज्या संवेदना जाणवतात, त्या केवळ शरीराच्या आणि मनाच्या क्षेत्रातील असतात. प्रत्यक्षात आत्मसाक्षात्कारात जो अनुभव प्राप्त होतो, तो आधीपासूनच असतो. अन्यथा काळाबरोबर नाहीसा होणारा अनुभव फक्त मनाचाच असेल. मनाला येणारे सगळे अनुभव क्षणार्धात समाप्त होतात. मग तोच अनुभव वारंवार कसा मिळत राहील, याचाच मन शोध घेतं. ध्यानमार्गात जाणवणारे अनुभव हे सत्यप्राप्तीत अडथळा बनू शकतात. कारण आज जाणवणारा अनुभव पुन्हा तसाच अनुभवता येणार नाही. परंतु अज्ञानात मनुष्य तसाच अनुभव मिळवण्यासाठी जीवाचा आटापिटा करतो.

अनुभव किंवा बदल हे शारीरिक आणि मानसिक सीमारेषेपर्यंतच मर्यादित असतात. मनाला आवडणाऱ्या अनुभवातून फक्त अडथळाच निर्माण होतो. त्यामुळे या समजमार्गात साधकाला, 'त्याचं अस्तित्व म्हणजेच सर्वांत मोठा अनुभव आहे. त्यापेक्षा इतर कोणत्याही अनुभवाची त्याला गरज नाही' हे ज्ञान दिलं जात. आजपर्यंत हेच मानलं गेलंय, की 'मी बंधनात होतो किंवा मला निर्वाण प्राप्त करायचंय.' परंतु, आपण तर सुरुवातीपासूनच मुक्त आहोत आणि

निर्वाण हा आपला स्वभाव आहे हे ज्ञान या समजेद्वारे प्राप्त होतं.

'मी अज्ञानी आहे' हीदेखील अशीच एक मोठी धारणा आहे. सगळ्या धारणांमधून मुक्त झाल्यानंतर या ज्ञानाचं आगमन होतं. कुंडलिनी जागृत होणं, लाखो सूर्यांचं दर्शन घडणं हे तर केवळ शब्द आहेत. या शब्दांनी अध्यात्माची वाट खूप अवघड, क्लिष्ट करून टाकली. अन्यथा अध्यात्म हा अत्यंत छोटा परंतु तितकाच महत्त्वाचा विषय आहे. कुंडलिनी जागृत होणं हा शरीराचा फक्त एक अनुभव असून त्याचं आत्मसाक्षात्काराशी काहीही घेणं-देणं नाहीये. जो 'स्व'वर स्थित राहतो तोच स्थितप्रज्ञ! 'आत्मबोध होणं म्हणजे काय?' याचा बोध आपल्याला समजेसह करून दिला जातोय. आत्मबोध तर आपल्याला आहेच, केवळ त्याची समज मिळावी लागते. दररोज रात्री गाढ झोपेत आपण त्याच अवस्थेचा अनुभव घेतो. रात्री गाढ झोपेत शरीर आणि मन दोन्हीही गायब होतं. शांत झोपेमध्ये, आजूबाजूचं जग, माणसं, मन आणि शरीर सर्व काही विलीन होतं. तरीही कोणीतरी जागृत असतंच, जो सकाळी उठल्यानंतरही नाहीसा होत नाही. केवळ मनाच्या तसंच शरीरासंबंधी असलेल्या धारणांमुळे तो झाकला जातो. अंधारून येणारे ढग जसे सूर्याला झाकोळतात, तसंच मनरूपी मान्यतांमुळे ज्ञान झाकलं जातं. या समजेसह आपण सहजपणे जागृतावस्थेत ती गाढ झोप अनुभवू शकतो.

१७. **आत्मसाक्षात्कारानंतर आम्हाला धर्माबाहेर पडावं लागेल किंवा धर्म बदलावा लागेल.**

ही 'समज', अंडरस्टँडिंग मिळाल्यानंतर योग्य धर्माची ओळख आपल्याला होईल. आपल्या मूळ स्वभावावर राहणं हाच खरा धर्म आहे. स्वधर्म म्हणजे 'स्व'चा स्वभाव. यासाठीच आपल्या धर्माचा कधीही त्याग करू नका, असं सांगितलं जातं. पण हिंदू असणाऱ्यांनी हिंदूच राहावं, मुसलमानांनी मुस्लीमच राहावं किंवा ख्रिस्तीने त्याच्याच धर्माचं पालन करत राहावं असा याचा अर्थ नाही. विविध धर्मसंप्रदाय म्हणजे समाजाने दिलेली वेगवेगळी नावं आहेत. वास्तवात आपण पृथ्वीवर येताना 'आपला धर्म' सोबतच घेऊन येतो. जन्मणाऱ्या प्रत्येक प्राणिमात्राबरोबर हा धर्म असतोच, ज्याला आपण 'तेज धर्म' असं म्हणतो. हा

धर्म सर्वांसाठी एकसमान असून त्याचं कधीही विभाजन होत नाही. या 'तेज धर्मा'वर स्थापित होण्यालाच 'सेल्फ रिअलायजेशन' म्हटलं आहे. परंतु आज विविध पंथ म्हणजेच धर्म अशी व्याख्या झालीय. वास्तवात 'तेजआनंद' आणि 'तेज मौन' हेच खरे धर्म आहेत. धर्मवान असणारा मनुष्य आपल्या मूळ स्वभावानुसार कर्म करतो. धर्मात्मा असणारा आत्म-दर्शनाच्या आधारे निर्णय घेईल. कारण धर्म, बदलण्याची नव्हे तर धारण करण्याची गरज आहे. 'स्व'धर्मावर अंमल केल्याने अमन होईल, मन न-मन होईल.

१८. **आत्मसाक्षात्कारानंतर मनुष्याला संपूर्ण जगाचं ज्ञान होतं. त्यांना इतरांचे विचार वाचता येतात. त्यांना सर्व ज्ञात असल्याने ते कोणाचाही सल्ला घेणार नाहीत.**

पुस्तकी ज्ञान वाचल्यानंतर मन ते पुनःपुन्हा आठवत राहतं. आत्मसाक्षात्कारी लोकांना जगाबद्दल अशा प्रकारचं ज्ञान नसतं. तसंच इतरांचे विचार वाचण्यातही त्यांना रस नसतो. त्यांच्या वाणीतून भविष्यातील कित्येक घटनांची पूर्वसूचना दिली जातेही. परंतु असं काही त्यांच्या मुखातून बाहेर पडण्यापूर्वी त्यांनाही त्याबद्दल कल्पना नसते. त्यांच्यासाठी ही सहजप्रकिया असते. हे ऐकून इतरांना वाटतं, की आत्मसाक्षात्कारी लोकांना भूत-वर्तमान-भविष्य सर्व काही ज्ञात असतं.

आत्मसाक्षात्कार प्राप्त केल्यानंतर सामान्य माणसाप्रमाणेच ते एखाद्याला सल्ला देऊ शकतात किंवा त्याच्याकडून घेऊही शकतात. अशा मनुष्यावर कोणत्याही प्रकारे निर्बंध घालणं, त्यांच्याबाबतीत तर्क-वितर्क करणं मूर्खपणाच ठरेल.

१९. **आत्मसाक्षात्कारी मनुष्य सहल-फिरण्यासाठी जाणार नाही. ते चित्रपट, टीव्ही पाहणार नाहीत. जटा-दाढी वाढवतील. त्यांचा पोशाखही बदलेल. ते फक्त ज्ञानाच्याच गोष्टी करतील.**

ज्ञानप्राप्तीनंतरही त्या माणसाचे कौटुंबिक नातेसंबंध तसेच असतात. आई-वडील, पत्नी, मुलं, मित्रांबरोबर त्यांचं आयुष्य जोडलेलंच राहतं. आत्मबोधानंतरही त्या माणसाचं शरीर पूर्वीसारखंच सहली, पिक्चर इत्यादी गोष्टींचा आनंद घेऊ

शकतं. कारण त्याच्या आतून असं कोणी म्हणत नाही, 'तुला ज्ञानप्राप्ती झाल्याने तू असं करायला नको किंवा तसं करायला नको.' जो कर्ता भाव आहे, तो प्रत्येक क्रियेबरोबर नाहीसा होत जातो. जसं, 'मी टीव्ही पाहत आहे' किंवा 'मी टीव्ही पाहत नाही' या दोन्ही गोष्टींमध्ये त्याचं कर्त्याशी असणारं नातं संपतं. घडणाऱ्या प्रत्येक गोष्टीचा स्वीकार आहे, परंतु स्वीकार करणारा कोणी नाहीये अशी अवस्था असते.

आत्मसाक्षात्कारी लोकांच्या आयुष्यात हास्यही असेल, मौनसुद्धा असेल. त्यांना आनंददेखील वाटेल, आश्चर्यही होईल. सामान्य माणसाप्रमाणे सर्वसाधारण विषयावर ते चर्चाही करतील. पण त्याचवेळी त्यांचा संकेत आंतरिक ज्ञानाकडे असेल. बाजारात नफा-नुकसानीच्या गोष्टीही बोलतील आणि तेव्हाच मनाच्या तुलनेबद्दलही सांगतील. भोजन रुचकर असो किंवा रुचिहीन, दोन्हीही प्रसाद समजूनच ग्रहण करतील. हे खाणार, ते नको असा, हट्ट ते करणार नाहीत. शरीर जास्तीत जास्त काळ उत्तम निमित्त बनावं म्हणून सर्वप्रकारची काळजी त्या शरीराकडून घेतली जाईल. पण त्याचवेळी शरीराशी असणारी आसक्ती, त्याच्यात गुरफटणंही बंद होईल. अशी माणसं चित्रपट पाहतानाही, मायेमध्ये न अडकता मायेचा खेळ (चित्रपट) कसा पाहावा, हेच इतरांना सांगतील.

२०. **ध्यानाशिवाय आत्मसाक्षात्कार घडत नाही किंवा शरीर विकारमुक्त झाल्याशिवाय आत्मबोध संभवत नाही.**

आपल्या शरीराशी असणाऱ्या आसक्तीतून मुक्त होऊन 'स्व'वर स्थापित होणं, म्हणजे आत्मबोध. शरीर म्हणजे असा आरसा आहे ज्यामुळे आपल्याला स्वतःचं दर्शन घडतं. आत्मसाक्षात्कारासाठी हा आरसा स्वच्छ असेल तर चांगलंच; परंतु तशी अट नाही. माणसाची तृष्णा तीव्र आहे, विश्वास अकंप आहे, सत्याविषयी विनाअट प्रेम आहे, अथक प्रयत्न करण्याचं साहस आहे तर त्याला शरीरातील सर्व विकार दूर न करताही आत्मसाक्षात्कार प्राप्त करता येतो. समजेच्या आधारे, आपण आरशापासून दूर होऊन स्वतःवर पोहोचलो, तर संपूर्ण आयुष्य या आरशाची स्वच्छता करावी लागत नाही. स्वतःवर पोहोचल्याने आरशाची स्वच्छता (विकारांचं उच्चाटन) आपोआपच घडू लागते. यासाठी थेट सत्य

ऐकण्याची, समजण्याची तयारी असेल तर ध्यानाशिवाय व शरीरातील विकार दूर केल्याशिवाय स्वतःला जाणता येतं. कारण तो आपला मूळ स्वभाव आहे. आपला स्वभाव जाणताच मनाच्या विकारांची साफसफाई जास्त वेगाने घडते. त्यामुळे लवकरच मोक्षप्राप्ती होते. समज प्राप्त न करताच एखादा फक्त विकारांवर काम करत राहिला तर तो नक्कीच एक सत्त्वगुणी मनुष्य बनेल. परंतु त्याला आत्मसाक्षात्कार कधीही प्राप्त होणार नाही.

२१. **आत्मसाक्षात्कारानंतर मनुष्य कोणाचीही पर्वा करत नाही. तो न घाबरता इतरांच्या चुका सांगतो, त्याच्या बोलण्याला धार असते. इतरांना वाईट वाटेल वगैरे विचार तो करणार नाही. तसंच वाघ, सापांसारख्या प्राण्यांनाही घाबरणार नाही.**

आत्मसाक्षात्कारी मनुष्य अशा प्रकारे आयुष्य घालवेल, तो तसं बोलेल, अशा प्रकारचे विचार मान्यतांमुळे आहेत. असंख्य लोभी गुरूंनी अशा धारणा बनवल्या आहेत. आत्मसाक्षात्कारापूर्वी जो कारलं खात नव्हता तो कारलं खायला सुरुवात करेल, असं नाही. ज्ञानप्राप्तीपूर्वी नम्र असणारा मनुष्य कदाचित नंतरही तसाच राहील. कारण तो नम्रही नाही आणि अहंकारीही नाही, चांगला नाही की वाईटही नाही, हे त्याला समजतं. तो या दोन्हीच्या बाहेर पडल्याने शरीर व्यवहार करतं आणि तो मात्र जाणणारा राहतो. शिवाय असंही घडू शकतं, की सगळी कर्मं ही ईश्वराकडूनच होतात, हे जाणल्यानंतर तो लोकांना भलंबुरं बोलणारच नाही. अर्थात, त्याच्या मनोशरीर यंत्राचा रोल (काम) इतरांच्या चुका काढणं हाच असेल तर तो नक्की बोलेल. परंतु सगळेच असं करतील, या धारणेपासून सावध राहायला हवं.

वाघ, साप इत्यादींपासून बचाव करणं शरीराचा नैसर्गिक धर्म आहे. आत्मसाक्षात्कारानंतर त्याचं शरीर निसर्गनियमांचं पालन करेल. भूक लागणं, शरीराची काळजी घेणं हे सहज मनाचं कार्य आहे. आत्मसाक्षात्कारानंतर सहज मन मोकळेपणानं कार्य करतं. उदाहरणार्थ, गुरू नानकांनी लग्नही केलं, यात्राही केल्या, शेतीही केली, त्यांना मुलंदेखील झाली, ते एक तेजसंसारी होते.

२२. आत्मसाक्षात्कारप्राप्त मनुष्य शरीराची काळजी घेणार नाही. तो कोणताही व्यवसाय करणार नाही. आत्मसाक्षात्कार ही सामान्य घटना नव्हे.

स्व-अनुभव झाल्यानंतर ते असं करतील किंवा करणार नाहीत, असा विचार करणं ही देखील एक धारणाच आहे. खरंतर करायचं किंवा नाही यातून ते बाहेर पडले आहेत. त्यांच्या उपजीविकेसाठी किंवा त्यांच्यावर अवलंबून असणाऱ्या लोकांसाठी, ते आपली भूमिका योग्यप्रकारे बजावतील. ते शरीराला नक्कीच निरोगी ठेवतील. काही लोकांकडून (रमण महर्षी, रामकृष्ण परमहंस इत्यादी) शरीराची काळजी घेतली गेली नाही. याचा अर्थ, इतरांनीही तसंच करावं, असं नाही. निसर्ग सातत्याने नवनवीन पद्धतीतून ज्ञानाची अभिव्यक्ती करत राहतो. परंतु अज्ञानामुळे इतरांची इच्छा असते, की सर्व आत्मसाक्षात्कारी सत्पुरुषांनी एकसारखाच व्यवहार करावा. हे समजलं तर स्वानुभवाची प्राप्ती तुम्हाला सहज वाटेल. अन्यथा इतर लोक ही अशक्य गोष्ट आहे, असंच समजून चालतात. 'बुद्धांना आत्मसाक्षात्कार प्राप्त होऊ शकतो, मला नाही' अशा धारणांमध्ये लोक जगतात.

'महावीरांसारखं शरीर माझ्याकडे नाही त्यामुळे मी कैवल्यज्ञान प्राप्त करू शकत नाही, मीराबाईंसारखी भक्ती माझ्यात नाही, कारण तसं अंतःकरण माझं नाही म्हणून मी भक्त बनू शकत नाही' अशा प्रकारचे विचार सोडून समजेची कास धरली तर स्वानुभव प्राप्त करणं अशक्य नाही.

२३. आत्मसाक्षात्कारी होताच झाडं, फुलं उमलतात. पक्षी आनंदाने किलबिल करू लागतात.

ही प्रतीकांची भाषा आहे. सांगण्याचा अर्थ, अशा ज्ञानी लोकांच्या सान्निध्यात मनुष्य समज प्राप्त करून भय, काळजी, चिंता, दुःख यांच्यापासून मुक्ती मिळवतो, आनंद प्राप्त करतो. त्यानंतर त्याच्या जगण्यातला संकुचितपणा नाहीसा होतो आणि नव्यानं बहरलेलं, उमललेलं, उत्साहित जीवन तो अनुभवतो. अशा प्रकारे त्याच्या सगळ्या चुकीच्या मान्यता प्रकाशात येतात. त्यानंतर आयुष्यात तेज

आनंद फलित होतो. ही बाब निसर्गाच्या माध्यमातून जसं; झाडांना पालवी फुटणं, फुलं उमलणं, पक्ष्यांनी आनंदानं किलबिलाट करणं यातून दर्शवली आहे. 'बुद्धांच्या आगमनाने सगळे उमलले' अशा प्रकारची वर्णनं भक्तांकडून केली जातात. याचाच अर्थ, आत्मसाक्षात्कारी लोकांच्या सहवासात मनुष्य, सृष्टी आनंदित होते असं सांगायचं असतं. कवीकल्पनेच्या आधारे त्यांनी बुद्ध पुरुषांचं वर्णन केलंय. पण ही गोष्ट विसरल्याने महापुरुषांची वेशभूषा, केशभूषा, भाषा, नम्रता अशा बाह्य गोष्टींकडेच लोकांचं लक्ष वेधल जातं आणि त्यानुसारच ते सत्पुरुषांना तोलतात. या गोष्टींचा फायदा घेत कित्येक लोभी गुरूंनी सत्यशोधकांचं नुकसान केलंय. अशा प्रकारचा अभिनय करून ते सामान्य लोकांना मूर्ख बनवतात. तेव्हा, सत्य जाणून मान्यता प्रकाशात आणण्याची वेळ आता आली आहे.

आत्मसाक्षात्कारात समज आणि श्रवणाचं महत्त्व

समजेच्या मार्गावर साधकाचं पाऊल पडतं, तेव्हा त्याला पहिला प्रश्न पडतो, 'समज म्हणजे काय? केवळ श्रवणामुळे मोक्षप्राप्ती घडू शकते का?' सत्संगामध्ये केवळ उपस्थित राहिल्याने तो अनुभव प्राप्त करता येतो, ज्याच्या शोधात साधक वेगवेगळ्या मार्गांत फसत जातो.

या मार्गावर वाटचाल करत असताना साधकाला, 'मी म्हणजे कोण', 'माझं अस्तित्व म्हणजे काय' अशा प्रश्नांची उत्तरं समजेद्वारे सहजपणे अनुभवता येतात. आजपर्यंत सांगितलेल्या सर्व मार्गांत श्रेष्ठतम मार्ग आहे 'समज (अंडरस्टँडिंग).' कारण वेगवेगळ्या मार्गांवरून चालताना जोपर्यंत समजेची जोड त्या मार्गांना दिली जात नाही, तोपर्यंत साधक त्या परम लक्ष्यापर्यंत पोहोचू शकत नाहीत. म्हणून अध्यात्मात समजेचं महत्त्व सर्वाधिक आहे. कारण 'समज' स्वतःमध्येच परिपूर्ण आहे. या मार्गात सर्वाधिक महत्त्व श्रवणाला असून याला 'कान-मार्ग'देखील संबोधलं आहे. या मार्गावर चालताना योग्य तेच ऐकण्याची कला आत्मसात करावी लागते.

योग्य ऐकण्याबरोबर साधक तेदेखील ऐकेल, ज्या शब्दांमागे, संकेताद्वारे काही

सांगितलं जातंय. जेणेकरून संकेतांद्वारे व्यक्ती 'स्व'वर पोहोचेल. म्हणून शब्दांचं ज्ञान हे खरं ज्ञान नसून त्याद्वारे मौन प्रकट होऊ शकतं. शब्दांनी आपल्याला मौनापर्यंत घेऊन जावं हेच त्यांचं लक्ष्य आहे. परंतु शाब्दिक ज्ञान माणसाला संभ्रमात टाकतं. म्हणून सर्वप्रथम शब्दांद्वारेच ती गोष्ट प्रकट केली जाते. कारण शब्दांव्यतिरिक्त आपल्याकडे दुसरा मार्ग नाही. शब्द जिथून प्रकट होतात, त्या मौनामध्ये स्थापित होऊन आपल्याला शब्दांपासून मुक्त व्हायचंय. कारण या ज्ञानयुक्त शब्दांच्या आधारेच लोक एकमेकांना सांगतात, की त्यांना परम ज्ञान प्राप्त झालंय. त्या अवस्थेपर्यंत सर्व साधक पोहोचावेत, हेच समजेचं परम लक्ष्य आहे. त्यासाठी योग्यप्रकारे ऐकण्याची कला शिकण्याची आवश्यकता आहे. योग्य ऐकणं म्हणजे काय, आम्ही तर रोज ऐकतोच की... असा विचार सुरुवातीला सगळ्यांच्याच मनात येतो. परंतु हे ऐकणं ते नव्हे, जे ऐकल्यानंतर डोकं जड होतं. तर जे ऐकल्यामुळे डोक्यापासून मुक्ती मिळेल, ते योग्य ऐकणं आहे. डोक्यापासून सुटका कशासाठी? कारण याच डोक्यामध्ये असंख्य विचार येत राहतात आणि त्यांच्यामुळेच प्रत्येकजण वैतागलेला असतो.

नकारात्मक विचार आणि सकारात्मक विचार असे दोन प्रकारचे विचार असतात. सगळ्या विचारांपासून एकाच वेळी मुक्ती मिळणं अशक्य असतं. त्यामुळे सुरुवातीला नकारात्मक विचारांना सकारात्मक बनवलं जातं. दिवसभर आपल्या मनात कितीतरी नकारात्मक विचार सुरू असतात. या विचारांमुळे मनुष्याचा एक निगेटिव्ह साचाच तयार होतो आणि त्या नकारात्मक विचारांमुळे त्याला कित्येक अडचणींचा सामना करावा लागतो. एकदा का ही नकारात्मक विचारांची चौकट बनली, तर मग त्या माणसाला कितीही सकारात्मक गोष्टी सांगितल्या तरी त्यातून तो चुकाच काढतो. पण एकदा नकारात्मक विचारांपासून मुक्ती मिळाल्यानंतर सकारात्मक विचारांपासूनही सुटका करून घेणं 'समजे'मुळे आपोआपच घडतं.

या मार्गाचं हेच तर वैशिष्ट्य आहे, की फक्त ऐकल्यामुळेच विचारांपासून मुक्ती मिळू शकते. अन्यथा विचारांपासून सुटका करून घेण्यासाठी साधकाला संपूर्ण आयुष्य खर्ची घालावं लागतं. खूप प्रयत्न करूनही तो अपयशीच ठरतो. हा मार्ग

आहे, ऐकण्याचा आणि समजण्याचा. विचारांपासून सुटका मिळणं म्हणजे मनापासून मुक्त होणं होय. मन म्हणजे विचारांचं भेंडोळं. दोन गोष्टींमध्ये सतत तुलना. हे चांगलं-ते वाईट, हे सुख-ते दुःख. अशाप्रकारे पांढरं आणि काळं असं शेपूट जोडणारं मन समजेमुळे आपोआपच विलीन होतं, निर्विचार बनतं.

हे ज्ञान प्राप्त करण्यापूर्वी साधक आपल्या विचारांनाच 'मी' समजतो. येणाऱ्या प्रत्येक विचाराशी तो आसक्त होतो. विचारांशी जोडला गेल्यानंतर हा विचार चांगला, तो वाईट, असं लेबल लावतो. यालाच तुलनात्मक मन संबोधलं आहे. हे मन प्रत्येक विचारावर चांगलं आणि वाईट, फायदा किंवा नुकसान याचं लेबल लावतं. हे मन दूर होताच व्यक्तीला विचार स्पष्टपणे दिसू लागतात. त्यांच्याकडे बघताना, मी तर 'साक्षी' आहे, विचारांना मात्र पाहणारा आहे, हे साधकाला जाणवतं. त्यामुळे आता तो विचारांना जाणू लागतो, विचारांना जाणणारा बनताच, सर्वप्रथम विचारांपासून मग कल्पनेपासून त्याची सुटका होते. कल्पनादेखील मनाचाच सर्वाधिक भक्कम भाग आहे. कल्पना म्हणजे असं झालं, तसं झालं, आता तसं केव्हा घडेल?... म्हणजे व्यक्ती स्वतःचा भूतकाळ आठवून भविष्याची कल्पना करते. भूतकाळात घडलेल्या चांगल्या घटना वारंवार आठवून त्या भविष्यात कधी घडतील, याची काळजी तिला असते. आयुष्यात घडलेल्या वाईट घटनांची टांगती तलवार त्याच्यावर कायम असते. याच ओझ्याखाली दबून प्रत्येक माणूस त्याचा 'आज' (वर्तमान) जगूच शकत नाही. वर्तमान क्षण त्याला नीट अनुभवता येत नाही. म्हणून समज प्राप्त करून सगळ्या धारणा समजून घ्यायला हव्यात.

धारणांची भीती

कित्येक कल्पना समजेमध्ये बाधा आणतात. जसं, कोणी 'समजे'विषयी ऐकलं तर पहिल्यांदा त्याच्या मनात भीती निर्माण होते, 'माझी भक्ती तर सुटणार नाही ना? माझी ध्यानधारणा बंद तर होणार, नाही ना? समजेमुळे माझ्या भक्तीत किंवा ध्यानात अडथळा तर येणार नाही ना?' अशावेळी त्या माणसाला समजावलं जातं, की आजपर्यंत तुम्ही केलेल्या भक्तीचं, ध्यानाचं किंवा गुरुमंत्राच्या जपाचंच हे फळ आहे. त्यामुळेच तुम्ही समज-मार्गापर्यंत येऊन 'समजेचं फळ' मिळवलंय.

धारणांचा त्रास

सर्व काही असूनही, खोट्या कल्पना व धारणांच्या बाधेने व्यक्ती नेहमी दुःखीच राहते. ती नेहमी भूतकाळातच रमते. त्या दुःखद घटनांच्या कल्पनांमुळे वर्तमानक्षणात जगणं तिला असह्य होतं. तिच्या डोक्यावर सदैव भविष्याचं ओझं असतं. अशाप्रकारे भूतकाळात घडलेल्या चुकांचा अपराधबोध घेऊनच मनुष्य जगत राहतो. स्वतःला अपराधी समजून कित्येक आजारांच्या तावडीत सापडतो.

खोटा आनंद (सेकंड हॅंड हॅपिनेस)

कल्पनांच्या आहारी जाऊन खुशीचा क्षण आपल्याला भरभरून जगता येत नाही. खरा आनंदच आज या जगात हरवलाय. आपण सगळे नेहमी खोट्या, बाह्य आनंदाच्याच शोधात असतो. कारण मन बाह्य जगात रममाण असतं. आपण दिवसभर इंद्रियांच्या माध्यमातून बाह्य जगाचा क्षणभंगुर आनंद घेण्याचा प्रयत्न करतो. कोणी दुसऱ्याला त्रास देतं, चिडवतं, रडवतं... अशा गोष्टींमध्येही काहींना आनंद मिळतो.

डोळ्यांना दिसणारे सगळे बाह्य आनंद हे कोणत्या ना कोणत्या कारणामुळे असतात. जसं, निपुत्रिकाला बाळ झाल्यानंतर होणारा आनंद हा अस्थायी, थोड्या दिवसांपुरताच असतो. एखाद्याला नोकरी मिळते, कोणाची कंबरदुखी बरी होते... असे आनंद फार काळ टिकत नाहीत. या आनंदाची कारणं छोटीशीच असतात. जसं, बाहेरच्या वस्तू अचानक मिळतात आणि त्या मिळाल्यानंतर होणारा आनंद हा क्षणिकच असतो. याला सेकंड हॅंड हॅपिनेस म्हणता येईल. 'तेज आनंद' म्हणजे तो, अंतर्यामी प्रकटणारा, सदैव राहणारा.

तेज आनंदाने धारणांचा मृत्यू

काही लोकांना भविष्यात असलेला आनंद मिळवायचा असतो. कारण त्यांच्या मतानुसार ज्या काही इच्छा आहेत, त्या सगळ्या भविष्यात पूर्ण होणार असतात. अशा माणसांना त्यांच्या भविष्यातील कल्पनांमुळेच आनंद हवा असतो. परंतु असाही एक आनंद आहे ज्याला 'तेज आनंद' म्हणतात. या आनंदाला कोणतंही कारण लागत नाही, तर तो फक्त आपल्या अस्तित्वामुळेच असतो. हा 'तेज

आनंद' दोहोंपलीकडचा आनंद आहे.

या तेजानंदाच्या प्राप्तीनंतर मनुष्य आनंदासाठी बाह्य गोष्टींवर अवलंबून राहत नाही. जेव्हा त्याला आनंदित व्हावंसं वाटतं, तो लगेच अंतरंगात जातो. स्वानुभवाने मिळालेला तेजानंद उत्तरोत्तर वाढतच राहतो. हा आनंद नेहमी वर्तमानात असतो. प्रत्येक क्षणी उपलब्ध असलेल्या या आनंदाचा स्वाद आपण घेऊ शकत नाही. कारण, मनाला नेहमी भविष्यात राहायला आवडतं. भविष्यातील आनंदच त्याला कल्पनेद्वारे लुटायचा असतो.

प्रत्येक मनुष्यासोबत असणाऱ्या 'स्व' अस्तित्वामुळे 'तेज-आनंद' मिळतो. म्हणून तो सर्वांना मिळू शकतो. त्यासाठी गरज आहे केवळ समजेची. समजेसह श्रवण केल्याने आपोआपच हा आनंद मिळू लागतो. कारण 'स्व-अस्तित्व म्हणजे काय?' हे एकदा समजल्यानंतर तेज आनंदामध्ये सातत्याने वाढच होते.

केवळ कल्पना आणि धारणांमुळे आपण तेज आनंदापासून वंचित राहतो. परंतु जसजशी 'समज' प्रगल्भ होते, तसतसा मनुष्याला खऱ्या आनंदाचा स्वाद घेता येतो. श्रवणाची निरंतरता मनुष्याला त्याच्या कल्पनेतून बाहेर आणते. त्यासाठी, पहाटे चार वाजता उठून श्वासाचा व्यायाम करण्याची किंवा आणखी कोणते कष्ट घेण्याची अजिबात आवश्यकता नाही. केवळ सत्यश्रवणानेच आपल्या सर्वांना आज, आत्ता उपलब्ध असणारा तेजानंद मिळू शकतो.

आपण सगळे बाह्यमान्यतांमध्ये खूपच अडकलो आहोत. त्यामुळे सत्याविषयी किंवा सच्चिदानंदाबद्दल जर कोणी काही सांगितलं, तर आपण ते योग्य प्रकारे ऐकूही शकत नाही. शिवाय आपल्या अंतरंगात असणाऱ्या परमानंदाचा स्वाद आपण घेऊ शकत नाही. काही धारणांचा पगडा आपल्यावर इतका जबरदस्त असतो, की त्या आपल्याला योग्य प्रकारे सत्यश्रवणदेखील करू देत नाहीत. सत्याविषयीचं ज्ञान आपण पूर्वग्रहांच्या पडद्याआडूनच ऐकतो. त्या आपल्याला धर्माच्या ठेकेदारांकडून आणि सामाजिक व्यवस्थांकडून मिळतात. पण तेज आनंदाची प्राप्ती होताच या धारणा मुळापासून नष्ट होऊन आत्मसाक्षात्कार प्राप्त होतो.

भाग ९

गुरूंविषयी चुकीच्या धारणा
काय भुललासी वरलिया रंगा

गुरूंनी पाण्यावर चालावं का?
गुरूंनी आकाशात उडावं का?
गुरूंनी चंदन, भस्म लावणं आवश्यक आहे का?

गुरूंविषयी असलेल्या दहा प्रमुख धारणा

सर्वांमध्ये असणारं चैतन्य हे एकच आहे. गुरुकृपेने तुमच्या अंतरंगातील चैतन्य जागृत होणार असेल तर गुरूंविषयी तुम्ही खालील धारणा तर बाळगल्या नाहीत ना, हे स्वतःला अवश्य विचारा. गुरू म्हणजे...

१) मुंडन केलेला किंवा जटाधारी
२) कपाळावर चंदन, गुलाल किंवा कुंकवाचा टिळा
३) लांब, घनदाट दाढी
४) पायांमध्ये खडावा
५) हातांमध्ये माळा

६) विशिष्ट रंगाचा पोशाख, वेशभूषा

७) विशिष्ट शब्दावली, भाषा

८) चमत्कारी भस्म, तावीज देणारा

९) डोक्यावर शेंडी

१०) असा गुरू जो आपल्याला कर्मकांड सांगेल, कामाला सुरुवात करण्यापूर्वी विशिष्ट तारीख सांगेल, अडचणींतून मार्ग दाखवेल, आपल्या सांसारिक कर्तव्यांच्या पूर्ततेसाठी मदत करेल.

तुम्हीदेखील तुमच्या ज्ञानाच्या आधारे गुरूंची अशीच कल्पना केली आहे का?

कित्येक सत्यशोधकांनी संन्यासी जीवनाचा मार्ग स्वीकारला. साधू, संन्यासी बनून ते सातत्याने भ्रमण करत राहिले. बुद्धांचे भिक्षू, महावीरांचे साधू, आद्य शंकराचार्यांचे संन्यासी हे प्रदीर्घ काळ प्रसिद्ध होते. पूर्वीच्या काळी ऋषींनी जंगलात आश्रमांची निर्मिती करून सात्त्विक गृहस्थाश्रमाचा मार्ग स्वीकारला. त्यांनी एकाच रंगाची वस्त्रं परिधान केली. त्या काळात दाढी-केस कापण्याची सोय नसल्याने ते नैसर्गिक जीवनच जगले. या लोकांनी प्रजेला जेव्हा ज्ञानदान केलं तेव्हा, 'अमुक प्रकारची वेश-केशभूषा करणारा म्हणजेच गुरू' ही मान्यता लोकप्रिय झाली. त्याचबरोबर खऱ्या गुरूंव्यतिरिक्त लोकांना सांसारिक चिंतांमधून मार्ग दाखवणारे गुरूही प्रसिद्ध झाले. असे गुरू गंडेदोरे, भस्म देऊन किंवा कर्मकांडं करायला लावून चिंतामुक्तीचा मार्ग दाखवत. परंतु अशा मार्गावरून चालतानाही संपूर्ण विश्वासाची गरज ही असतेच! इतरांचा विश्वास जागृत होण्यासाठी या लोकांनी आधीपासूनच प्रसिद्ध असलेली गुरूंची कफनी घालायला सुरुवात केली. या सर्व गोष्टी पाहता, खऱ्या गुरूंची ओळख आज लोप पावलीय. वरील दहा मान्यतांमध्ये बसणाऱ्या गुरूचा शोधच लोकांसाठी महत्त्वाचा बनलाय.

गुरूंविषयी तुमच्याही मान्यता अशाच आहेत का? असल्यास, तुम्ही योग्य गुरूंच्या शोधापासून भरकटत आहात, असाच याचा अर्थ होतो. त्यामुळे अशा प्रकारच्या धारणांमधून लवकर बाहेर पडणं हेच तुमच्या हिताचं ठरेल.

बाह्य चमत्कारांतून गुरूंची ओळख पटत नाही. गुरूंनी पाण्यावर चालावं अशी तुमची इच्छा असेल तर बदकाला आपला गुरू बनवायला हवं. गुरूंनी आकाशात उडावं असं वाटत असल्यास कावळ्याला तुम्ही गुरू बनवलं पाहिजे. कपड्यांचा त्याग करून कोणी गुरू बनत असेल तर सर्वप्रथम माकडच गुरू बनेल.

सत्याच्या मार्गावर पाऊल ठेवण्यापूर्वी मनुष्य डगमगतो. कारण भीती आणि तर्कांने त्याचं मन घेरलेलं असतं. 'हा मार्ग जर मी स्वीकारला तर माझे आधीचे गुरुजी रागावणार तर नाहीत ना?' अशी भीती त्याला सतत वाटत राहते. त्यामुळे समजेच्या या मार्गावरून चालताना त्याला सांगितलं जातं, आजपर्यंत जितके गुरू होऊन गेले, ते सगळे एकच आहेत. आजपर्यंत चालत आलेल्या गुरुपरंपरेतून तीच एकमात्र सत्यअभिव्यक्ती वेगवेगळ्या पद्धतीने केली आहे, इतकंच! सुरुवातीला गुरुकृपा होते. त्यानंतरच शोधक 'समजेच्या' मार्गावर चालू शकतो. तुमचे गुरूच तुम्हाला 'समज-ज्ञान' प्राप्त करण्यासाठी पुढचा मार्ग दाखवतात. परंतु शोधकाला गुरूचा अर्थ न समजल्याने त्याची धारणा असते, 'आमचे तर आधीच एक गुरू आहेत. तेव्हा आम्ही दुसरा गुरू कसा करू शकतो?' तेव्हा त्याला गुरूंविषयी समज देण्यात येते, की असा विचार करणं म्हणजे गुरूंबद्दल ही धारणा बाळगण्यासारखं आहे. वास्तविक गुरू हा एकच आहे. बाहेरचे गुरू हे आतील गुरूला जागवण्यासाठी जीवनात येतात. परंतु वेगळ्या शरीरांमुळे आपल्याला अनेक गुरू दिसतात. प्रत्यक्षात, सत्य सांगणारा गुरू तर सगळ्यांमध्ये एकच आहे. शरीर केवळ निमित्त असून त्याच्या द्वारे ते ज्ञान वाटलं जातं एवढंच.

धारणा, पूर्वग्रहातून मुक्त होणारे तेजमित्र

अनेक शतकांपासून साधकांचा आत्मसाक्षात्काराचा शोध सुरूच आहे. या मार्गावर जेव्हा तो वाटचाल करतो, तेव्हा त्याच्या कित्येक धारणा समोर येतात. परंतु त्या त्याच्या लक्षात येत नाहीत. या मार्गात जेव्हा त्याला 'तेज पारखी' किंवा 'तेज मित्र' (गुरू) भेटतात, तेव्हा त्या प्रकाशात, समोर येतात. 'तेज मित्र' म्हणजे असा मनुष्य जो मित्र आणि शत्रू यांच्या पलीकडे आहे. एखाद्याशी केलेली मैत्री ही वेळप्रसंगी शत्रुत्वातही बदलते. म्हणूनच आपल्यामध्ये खोलवर

दडलेल्या पूर्वग्रहांचा बोध घडवणाऱ्या, योग्य दिशा दाखवून 'तेज-सत्या'कडे घेऊन जाणाऱ्या मित्राची आपल्याला नितांत आवश्यकता असते.

संत कबीरांनी गुरुमहिमा आळवताना म्हटलंय

गुरू आणि गोविंद दोघंही एकच आहेत. त्यांच्यात भेद आहे तो केवळ नावाचा! शरीररूपानं गुरू कोणीही असला तरीही गुरू आणि गोविंद यांचं आंतरिक रूप एकच आहे, त्यात कोणताही फरक नाही. अहंकाराचा त्याग केल्याने सरळ आणि सहज होत आत्मध्यान केल्याने सद्गुरूंचं दर्शन घडतं. ज्यामुळे प्राणिमात्रांचं कल्याण होतं. मनामध्ये मलरूपी 'मी आणि तू'ची भावना असेल, तोपर्यंत दर्शन घडणार नाही.

हे सांसारिक प्राण्यांनो, गुरूंशिवाय ज्ञानप्राप्ती सर्वथा असंभव आहे. जोपर्यंत गुरुकृपा घडत नाही, तोपर्यंत मनुष्य अज्ञानरूपी अंधकारात भटकत, मायारूपी सांसारिक बंधनांत जखडलेला राहतो. मोक्षाचा मार्ग मिळतो तो फक्त गुरूंमुळे! गुरूंशिवाय सत्य-असत्याचं ज्ञान होत नाही. उचित आणि अनुचित यांतील भेद समजत नाही. मग मोक्षप्राप्ती घडणार कशी? यासाठी गुरूंना शरण जा. तेच तुम्हाला योग्य मार्ग दाखवतील.

गुरूंना सामान्य मनुष्य समजणारे पराकोटीचे मूर्ख आहेत. अशी माणसं डोळे असूनही अंध आहेत. त्यांना जन्म-मृत्यूच्या सागरातून मुक्ती मिळणं अशक्य आहे.

हे मानवा, गुरू आणि गोविंद (ईश्वर) या दोघांना एकसमान जाण. गुरूंनी केलेल्या ज्ञानाच्या उपदेशावर मनन करून त्याच क्षेत्रात राहा. गुरूंचं दर्शन घडलं किंवा घडलं नाही तरीही त्यांचंच नित्य स्मरण कर. कारण त्यांनीच तुला गोविंददर्शनाचा सुगम, सोपा मार्ग दाखवला आहे.

ईश्वराची प्रत्येक मूर्ती आपल्यासाठी रोल मॉडेल म्हणजे आदर्श आहे. जसं, तुमच्या जीवनात काही लोक तुमचे रोल मॉडेल म्हणजेच आदर्श असतात. तुम्हाला त्यांच्यासारखंच आयुष्य जगावंसं वाटतं. जसं, कोणासाठी श्रीरामाचं चरित्र आदर्श असतं. श्रीरामाच्या चरित्राला वेगवेगळे कंगोरे आहेत. त्यातून, भाऊ कसा असावा... मुलगा कसा असावा... पती कसा असावा.... राजा कसा असावा... शिष्य कसा असावा... हे समजतं. श्रीराम मर्यादापुरुषोत्तम होते. मर्यादेमध्ये राहून ते प्रत्येक काम करायचे म्हणून त्यांचं चरित्र आदर्श आहे. अशा प्रकारे आपण कोणत्याही मूर्तीला आपल्या जीवनाची आदर्श मशाल बनवून तिच्याद्वारे लाभ घेऊ शकता. त्यानंतर त्या ईश्वराचे गुण स्वतःमध्ये आत्मसात करून, तुम्हीही त्याच्यासारखे बनू शकता.

मीराबाईंनी सत्य जाणलं – कृष्णाच्या मूर्तीला आपलंसं केलं.

नानकांनी सत्य जाणलं – निराकाराची पूजा केली.

रामकृष्णांनी सत्य जाणलं – मातेच्या मूर्तीची पूजा केली.

बुद्धांनी सत्य जाणलं – ध्यान व शून्य यांचं गुणगान गायलं.

आपणही सत्य जाणा – मग जे व्हायचं ते होईल, मूर्तिपूजा घडेल किंवा नाही घडणार.

भाग १०

बालकांविषयी धारणा
मूल नव्हे, 'जिवंत चैतन्य'

आपली मुलं जगात आपल्या माध्यमाद्वारे आली आहेत, म्हणून तुमच्या अनुभवांची कुबडी मुलांना देऊ नका, त्यांना जीवन-ज्ञान द्या. त्यांना त्यांचा अनुभव घेण्यासाठी वेळ आणि क्षेत्र द्या. मुलांना वस्तू न समजता ती जिवंत चैतन्य आहेत, हे जाणा. कारण जो प्रत्येकाच्या अंतर्यामी आहे, त्यालाच आपण ईश्वर म्हणतो.

भारतामध्ये विशेषतः बाळ जन्माला येताच त्याला बिरुदांचा जो नरक दिला जातो, तो म्हणजे, धर्म, जाती, नाव, लिंग, वर्ण इत्यादींचा. हे लेबल त्याला जन्मदिवशी 'भेट' म्हणून मिळते. लहानपणापासूनच त्याला एक मर्यादित जीवन प्रदान केलं जातं. वर सांगितलेल्या अशा कितीतरी लेबलांनी त्याच्या आयुष्याची सुरुवात होते. बाळ ज्या घरात जन्म घेतं त्यावरून ते हिंदू होणार की मुसलमान, शीख, ख्रिश्चन की पारशी हे ठरतं. म्हणजेच, समाजात रूढ असणाऱ्या धर्मांचं लेबल चिकटून घेण्यासाठी त्याला वेगळं असं काहीच करावं लागत नाही.

१. **बाळ दोन डोळ्यांनी पाहतं**

बाळ जन्म घेताना कोणत्याही धारणेसह

किंवा लेबल घेऊन पृथ्वीवर येत नाही. इतकंच काय पण ते स्वतःला शरीरदेखील मानत नसतं. प्रत्येक मूल स्वतःला एका विशिष्ट वयापर्यंत शरीराहून वेगळं मानतं. पण आपण स्वतःच्या धारणांमधून बाळांकडे पाहतो. जसं, बाळ दोन्ही डोळ्यांनी पाहतं, असं आपल्याला वाटतं. परंतु हा एक भ्रम आहे. मूल कधीही दोन डोळ्यांनी पाहत नाही. ते नेहमी एकाच डोळ्यानं पाहतं. याचं प्रत्यक्ष दर्शन सत्यशोधकाला महाआसमानी शिबिरात घडतं. दोन डोळ्यांमागून आपण जिथून पाहतो त्याच स्थानावरून मूल पाहत असतं.

२. बाळ स्वतःला शरीर समजतं

बाळ घरातील लोकांसोबत खायला बसतं तेव्हा, 'मला खायला द्या' असं म्हणत नाही तर 'राजू'ला किंवा 'बंटी'ला खायला द्या, असं म्हणतं. त्याचं जे नाव आहे, त्याच्याकडे बोट दाखवत ते सांगतं, 'यालादेखील खायला द्या'. याचाच अर्थ, स्वतःला ते सहजपणे शरीरापासून वेगळं मानतं. मूल जसजसं मोठं होत जातं, त्याला एक मोठं लेबल बहाल केलं जातं. हे लेबल म्हणजे त्याचं, 'नाव'! थोडं समजू लागल्यावर लोक त्याचं नाव घेऊन त्याला जेव्हा हाका मारतात तेव्हा ते आपल्यालाच बोलवत आहेत हे त्याला समजतं.

३. बाळ हिंदू, मुसलमान, शीख किंवा ख्रिश्चन असतं

बाळाच्या नावाबरोबर इतरही मान्यता जोडल्या जातात. जसं, ते हिंदू, मुस्लीम, शिख किंवा ख्रिश्चन धर्माचं आहे. पण ते तर सुरुवातीला सगळ्यांना एकच समजून सगळ्यांशी एकसारखंच वागतं. परंतु मूल जसजसं मोठं होत जातं, तसं आपल्या लोकांना अचूक ओळखतं. आपलं-परकं यांमधला भेदही त्याला व्यवस्थित समजतो. समजा, हिंदू मुलाचं संगोपन लहानपणापासूनच मुस्लीम घरात झालं असेल तर ते स्वतःला मुसलमानच समजेल.

४. मूल वडलांना वडील म्हणून ओळखतं.

मूल जेव्हा या जगात येतं, तेव्हा त्याच्यात 'मन' नसतं. तीन वर्षापर्यंत मुलाचं आयुष्य हे अगदी सहज असतं. परंतु जेव्हा, 'हे शरीर माझं आहे' असं ते मानतं, तेव्हा, 'हे माझे आई-वडील आहेत, भाऊ-बहीण आहेत,' हा बोध त्याला

होतो. कित्येक माणसांना तो आपलं मानतो. लहानपणीच त्याला जर वडिलांपासून वेगळं ठेवलं तर मोठेपणीदेखील अगदी कोणी सांगेपर्यंत तो वडिलांना ओळखू शकणार नाही.

५. मुलाला चांगलं-वाईट समजतं.

शारीरिक इंद्रियांच्या आधारे मुलाला या जगाची ओळख होऊ लागते. शाळेत जायला लागल्यावर त्याला कितीतरी गोष्टींचा सामना करावा लागतो. शाळेमध्ये जे ज्ञान त्याला मिळतं, त्यातून तो स्वतःला वेगळी व्यक्ती मानू लागतो. आईवडील किंवा शिक्षक त्याला चांगल्या-वाइटाची ओळख करून देतात. हळूहळू त्याचं मन विकसित होत जातं आणि मान्यतांनी पूर्णपणे वेढलं जातं. त्याला असंही वाटतं, ही माझी गोष्ट, ही दुसऱ्याची... त्यातूनच तो भेदभाव करायला शिकतो. मूल लहान असेपर्यंत कोणताही फरक करत नाही. त्याच्या सगळ्या क्रिया सहजपणे असतात.

६. मूल स्वतःला कर्ता मानतं.

जसजसं, मूल मोठं होत जातं, तसतशी त्याला खात्रीच पटते, की या जगात माझ्या हातून जे काही घडतंय त्याचा कर्ता-करविता मीच आहे. त्यातून त्याचा कर्ताभाव पक्का होत जातो. आपण कशा पद्धतीने काम करायला हवं, हे त्याला समजू लागतं आणि त्या प्रत्येक पद्धतीत लोक त्याचं कौतुक तरी करतात किंवा टीका. त्यामुळे इतरांची प्रशंसा मिळवण्यासाठी तो आपल्या कामात कपटही करतो. असत्य आणि कपट यांच्या आधारे तो जगामध्ये पुढे जातो. तुलनात्मक मनाच्या निर्मितीपूर्वी तो अकर्ता जीवनच जगतो.

७. मुलामध्ये अहंकार किंवा अपराधभाव असतो.

मूल मोठं होत असताना समाजात मिसळू लागतं. लोकांना पाहून त्याच्याही मनात अनेक इच्छा निर्माण होतात. या असंख्य इच्छांपैकी काहींची पूर्तता होते तर काही अपूर्णच राहतात. इच्छापूर्तीच्या मार्गात ते अत्यंत वाईटरीत्या अडकत जातं. शिवाय आपण मान्यतांमध्ये अडकतोय, असे विचार त्याला स्वप्नातही येत नाहीत. संपूर्ण जग त्याला शिकवतं, असं घडलं म्हणजे चांगलं झालं....

तसं घडलं तर वाईट... त्यामुळे घडणाऱ्या प्रत्येक चांगल्या आणि वाइटाचा कर्ता ते स्वतःलाच मानतं. त्यातून सुख-दुःखाच्या चक्रात फसत जातो. काही चांगलं केलं, की त्याचा अहंकार वाढतो आणि वाईट घडताच अपराधभाव जाणवतो. परंतु, छोटं बाळ असताना तो निर्मळ, पारदर्शी असतो. अहंकार आणि अपराधबोधासंबंधी अजाण, अनभिज्ञ असतो.

८. मुलाला दुःखापासून दूर जायचं असतं.

सुख आणि दुःखाची व्याख्या मुलाला व्यवस्थित समजू लागल्यानंतर आपण नेहमी सुखातच असावं असं त्याला वाटतं. म्हणून दुःखापासून ते नेहमी लांब पळतं. मूल इतरांना पाहतं तेव्हा त्याला त्यांच्यासारखंच बनावंसं वाटतं. श्रीमंत माणसांना पाहताच आपणही त्यांच्यासारखं श्रीमंत व्हावं असं त्याला वाटतं. परंतु तो जसजसा मोठा होत जातो, तसतसा सुख-दुःख, मान-अपमान, थंड-गरम, सफल-असफल अशा दोनच्या भोवऱ्यात फसतो. वास्तविक बालपणी या दोन अतींपासून (टोकांपासून) तो मुक्त होता. तेव्हा तो सुखांमागे धावतही नव्हता आणि दुःखाची अभिलाषाही करत नव्हता.

९. वाढत्या मुलांना प्रश्न पडत नाहीत.

मुलाचं वय थोडं वाढताच त्याला कितीतरी प्रश्न पडतात. जसं, हे जग कोणी बनवलं? किंवा ही सृष्टी कोण चालवतं? मी कोण आहे? हे स्वप्न तर सुरू नाहीये ना? अशा प्रश्नांची उत्तरं मिळवण्यासाठी तो आपल्या आईवडिलांकडे किंवा शिक्षकांकडे मदतीचा हात मागतो. पण त्यावेळी त्याच्या एकाही प्रश्नाचं उत्तर मिळत नाही. उलट, 'मोठेपणी तुला सगळं समजेल' असं सांगितलं जातं. वास्तवात अशी उत्तरं देणाऱ्यांनाच या प्रश्नांची खरी उत्तरं माहिती नसतात. मंदिरात गेल्यावरही मूल विचारतं, 'मूर्ती म्हणजे काय? कोण आहे हा ईश्वर?' त्यावर पूर्वग्रहांनी भरलेली उत्तरं देऊनच त्याला गप्प केलं जातं. परिणामी, पुढे जाऊन तो प्रश्न विचारणंच सोडून देतो.

भाग ११

धारणांतून मुक्तीसाठी कार्ययोजना
पुस्तक वाचल्यावर तुम्ही काय कराल

तेजज्ञानाच्या काडीने सगळ्या धारणांची एकत्रित होळी करून त्यांच्यापासून मुक्ती मिळवा.

एकदा चार लोकांनी छोटं मूल बघितलं. प्रत्येकानं त्याचं वर्णन वेगवेगळ्या प्रकारे केलं. पहिला म्हणाला, 'बाळ खूप छान आहे.' दुसरा म्हणाला, 'नाही, बाळ कोमल आणि नाजूक आहे.' तिसऱ्याच्या मतानुसार, 'बाळ कुरूप होतं.' तर चौथ्याला 'ते सामान्य वाटलं.' चारही उत्तरं ऐकल्यानंतर तुमच्या मनात कोणत्या बाळाची कल्पना तयार झाली? त्या चौघांपैकी कोण बरोबर? खरंतर, सगळेच चुकीचे! कारण पहिली व्यक्ती त्या बाळाची आई होती. म्हणून तिला मूल सर्वांत सुंदर दिसलं. दुसरा माणूस डॉक्टर असल्याने त्वचेची कोमलता पाहून त्यानं आपलं मत व्यक्त केलं. तिसरा माणूस परदेशी होता आणि ते बाळ निग्रो. त्यामुळे त्याला ते कुरूप वाटलं. चौथ्या माणसाचा दृष्टिकोन मात्र सामान्य माणसाचा होता. म्हणून त्याला ते

बाळही तितकंच साधारण वाटलं.

सगळ्यांचाच दृष्टिकोन पूर्वग्रहदूषित असल्याने काहीही पाहण्यापूर्वी धारणारूपी चश्मा दूर करून, सत्य बघायला हवं.

या पुस्तकाचं लक्ष्यदेखील तेच आहे. संपूर्ण पुस्तक वाचल्यानंतर तुमच्या लक्षात आलं असेल, की कर्मकांडं, संपत्ती, प्रार्थना, ईश्वर, गुरू, जीवन, सफलता आणि आत्मसाक्षात्कारासंबंधी लोकांमध्ये पसरवलेलं अज्ञान, त्यासंबंधी घातलेली भीती ही अर्थहीन आहे. अशा निरर्थक गोष्टी वाचल्यानंतर किंवा ऐकल्यानंतर, 'या जन्मात मला आत्मसाक्षात्कार होऊच शकत नाही... आणि झालाच तर सुखी जीवनाचा त्याग करून जप-तप करावं लागेल... सांसारिक जीवन बाजूला सारून संन्यासी बनावं लागेल...' असे कितीतरी विचार तुमच्याही मनात आले असतील. अशा गोष्टी ऐकल्यानंतर, वाचल्यानंतर सत्याची, स्वानुभवाची, आत्मसाक्षात्काराची (सेल्फ रिअलायजेशन) प्राप्ती आपल्यालाही होऊ शकते, असा विचार कित्येकांच्या स्वप्नातदेखील येत नाही.

या पुस्तकाने तुमच्या विचारांना विशिष्ट दिशा मिळाली असेल, बुद्ध, नानक, तुकाराम, मीरा, ज्ञानेश्वर, रमण महर्षी यांना मिळालेलं ज्ञान मलाही प्राप्त व्हावं अशी तृष्णा जागवली असेल तर पुस्तकनिर्मितीचं लक्ष्य पूर्ण झालं, असं म्हणता येईल. या पुस्तकाच्या वाचनाने, तुमच्यात सजगता आली असेल तर या पुस्तकाने गीता, बायबल आणि कुराणाचं काम केलंय, असं म्हणता येईल. कारण मान्यतांचा पडदा दूर झाल्यानंतर, सगळेजण समान आहेत याचं ज्ञान होतं. ईश्वर, अल्ला हाच सर्वत्र व्यापलेला आहे. ईश्वर केवळ आपल्या आतमध्ये नसून आपण त्याच्यात सामावलेलो आहोत. अगदी त्याचप्रमाणे जसं, समुद्रात मासे असतात. ईश्वरच मनुष्य बनल्यानंतर विश्वाच्या लीला, खेळाला सुरुवात झाली. या गोष्टी फक्त बुद्धीने जाणण्यासारख्या नसून त्यांचा अनुभवही घ्यायचा असतो. या अनुभवालाच 'तेजज्ञानानुभव' म्हटलं आहे. असा अनुभव जो शरीरावर नसून शरीरामुळे घडतो. असा अनुभव जिथे काळ नसून, स्थान (स्पेस) आहे. जिथे अंत नसून प्रारंभ आहे. त्या ठिकाणी कोलाहल नाही तर असीम शांतता आहे. तिथे अहंकार आणि नम्रता या दोन्हींपासून मुक्ती आहे. आपल्याला फक्त अहंकारातून मुक्ती मिळवायची नसून विनम्रतेपासूनही सुटका करून घ्यायची आहे. हेच तर आहे तेजज्ञान, अंडरस्टँडिंग,

तेज सत्य, तेज आनंद, तेजम्... जे आपल्या सर्वांमध्ये उपलब्ध आहे.

पुस्तक वाचल्यानंतर तुम्ही काय कराल :

- 'हातात मीठ घेतल्यामुळे भांडणं होतात', असं कोणी सांगितल्यावर तुम्हाला भीती वाटेल का?
- 'सूर्यग्रहणाच्या वेळी राहू, केतू, सूर्याला गिळतील' असे संवाद तुम्ही कसे ऐकाल? 'खूप हसल्यामुळे रडावं लागेल' अशा लेक्चरचा तुमच्यावर काय परिणाम होईल?
- 'सकाळी घुबड बघितलं तर अशुभ घडतं', 'दोन पक्षी एकत्र दिसल्यावर शुभ होतं' असं सांगितल्यावर तुम्ही सकाळी पक्षी पाहणार की नाही?
- 'अमुक दिवशी आंबट खाल्ल्यामुळे किंवा तमुक दिवशी नखं कापल्याने ईश्वर नाराज होतो' अशी भीती कोणी घातल्यावर तुमची प्रतिक्रिया काय असेल? हे ऐकून तुम्ही घाबराल? (ईश्वराप्रति आदर असावा, भीती नव्हे.)
- तळहाताला खाज सुटल्यावर तुमच्या मनात कोणता विचार येईल?
- नवीन कपडे अमुक दिवशी घालू नयेत... आणि त्याच दिवशी तुमचा इंटरव्ह्यू असेल तर...! कावळ्यांची कावकाव किंवा कुत्र्यांचं केविलवाणं विव्हळणं ऐकल्याने तुम्हीदेखील दुःखाचे अश्रू ढाळाल?
- पोळी फुगून टम्म झाल्यानंतर तुम्हाला भूक लागेल?
- 'फाटलेले कपडे अंगावर शिवल्याने सुई टोचेल' असा विचार तुम्ही कराल? की, 'यामुळे काही अशुभ घडलं तर...?' अशी शंकेची पाल तुमच्या मनात चुकचुकेल?
- डोळा फडफडताच तुम्हाला धडधडतं? शिंका येताच अपशकुनाचे विचार मनात येतात की तरीही तुम्ही सकारात्मकच राहता? पुस्तक उघडून ठेवल्यामुळे विद्या निघून जाईल? खरंच असं होतं का, की अशा प्रकारची धारणा बनवणाऱ्यांचा हेतू काही वेगळाच होता? पुस्तकं व्यवस्थित ठेवण्यासाठी, त्यांचा आदर करण्यासाठी शिवाय मुलांवर चांगले संस्कार घडवण्यासाठी ही धारणा बनवली.

अशा प्रकारे आपल्या कितीतरी धारणा, पूर्वग्रह आहेत. भटक्या लोकांच्या धारणा तर वेगळ्याच असतात. यांपासून मुक्ती मिळवण्याची इच्छा असलेल्या सगळ्यांनीच या धारणांकडे हेलिकॉप्टरच्या (तेजज्ञानच्या) दृष्टिकोनातून बघायला हवं.

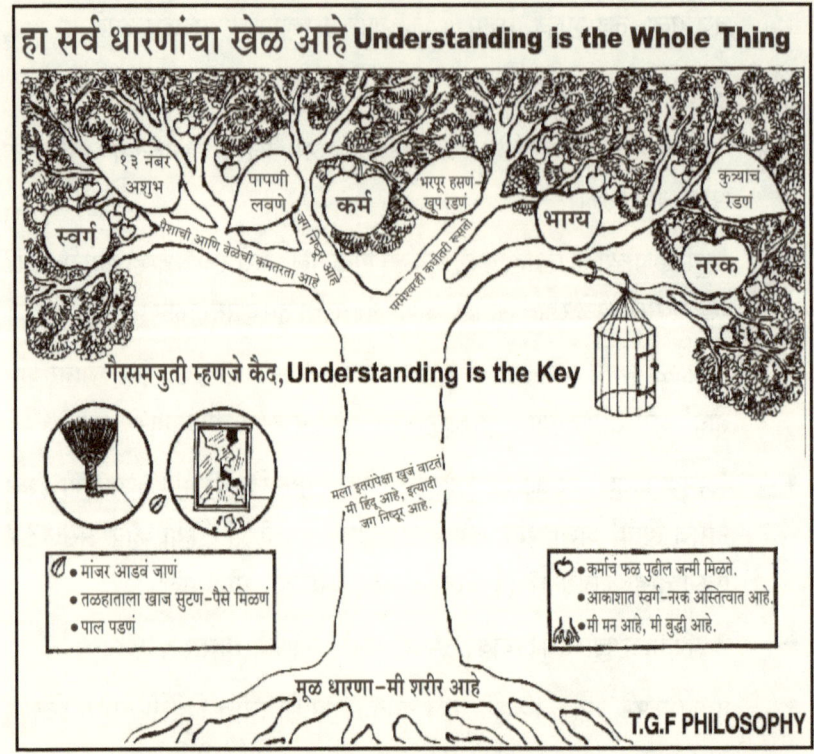

१) **बाह्य मान्यता (झाडाची पानं)** : मांजर आडवं जाणं, पाल पडणं, आरसा फुटणं, डोळा फडफडणं इत्यादी अशुभ असतं.

२) **वरवरच्या परंतु रुजलेल्या मान्यता (झाडाची फळं)** : स्वर्ग-नरक आकाशात असतात, कर्माचं फळ या जन्मात न मिळता पुढील जन्मी मिळतं... इत्यादी.

३) **रुजलेल्या मान्यता (झाडाच्या फांद्या)** : ईश्वर नाराज होतो, लोक वाईट असतात, पैशांचा, वेळेचा अभाव असतो.

४) **अत्यंत खोलवर दडलेल्या मान्यता (झाडाचं खोड)** : मी हिंदू आहे, मुसलमान आहे, शिख, ख्रिस्ती..., स्त्री, पुरुष, काळा, गोरा आहे.

५) **मूळ मान्यता (झाडाचं मूळ)** : मी शरीर आहे, मी म्हणजेच मन आणि बुद्धी.

या सर्व धारणांच्या पिंजऱ्यातून बाहेर पडायला हवं. त्यानंतरच माणसाला त्याचा खरा आनंद प्राप्त करता येईल. तेव्हा, धारणांचा पिंजरा समजेच्या (अंडरस्टँडिंगच्या) चावीने उघडून विशाल गगनात मुक्त भरारी घ्या.

भाग १२

तेजज्ञान फाउंडेशन
धारणांतून मुक्तीचा राजमार्ग

मान्यतांपासून मुक्ती मिळवण्याच्या मार्गावर आपण कुठे आहात?

आध्यात्मिक दिशादर्शक मार्गदर्शक :

डावी बाजू   उजवी बाजू

१. G.K. : माहिती आणि सूचना – जनरल नॉलेज

२. K.G. : प्रारंभिक आध्यात्मिक ज्ञान – के.जी.

३. M.A. : माध्यमिक आध्यात्मिक ज्ञान – महाआसमानी

4. S.S. : समझ संग / सत्य समज

आजच्या भाषेत वरील नकाशा (चित्र) मांडलेला आहे. त्यातून तुमच्या वर्तमान-आध्यात्मिक अवस्थेचं दर्शन घडतं. हा नकाशा म्हणजे 'आध्यात्मिक दिशादर्शक मार्गदर्शक' आहे. या नकाशात आत्ता तुम्ही कोणत्या भागात आहात, हे समजून घ्या. या नकाशात चार कप्पे आणि दोन भाग आहेत. समजा, तुम्ही नकाशाच्या डाव्या बाजूला (१ल्या किंवा २ऱ्या कप्प्यामध्ये) आहात तर लवकरात लवकर नकाशाच्या उजव्या बाजूला (३ऱ्या किंवा ४थ्या कप्प्यात) या. नकाशाच्या डाव्या बाजूला दोन भाग किंवा कप्पे आहेत.

पहिल्या कप्प्यामध्ये आहे, सामान्य ज्ञान (जी.के. - जनरल नॉलेज). या कप्प्यात राहणाऱ्या माणसाला विविध माहितींचा संग्रह करायला आवडतो आणि त्यांनाच तो ज्ञान समजतो. परंतु खऱ्या ज्ञानात आणि माहितीमध्ये खूप अंतर आहे. या गोष्टीबाबत समज मिळाल्यावर मनुष्य पहिल्या कप्प्यातून दुसऱ्या कप्प्यात प्रवेश करतो.

दुसऱ्या कप्प्यात प्रारंभिक आध्यात्मिक (के.जी.चं) ज्ञान मिळतं. अध्यात्माच्या वाटेवर लोकांनी प्रारंभिक उत्तरंच ग्राह्य धरून ठेवली आहेत. अशी उत्तरं सुरुवातीला ठीक वाटतात. परंतु पुढे जाऊन अंतिम सत्यप्राप्तीत ते अडथळाच बनतात. खाली काही उदाहरणं दिली आहेत :

१. गत जन्मातली कर्मं या जीवनात फळतात, ती दुःखाचं कारण बनतात.

२. आजच्या कर्मांमुळे कोणताही आनंद मिळत नाही. त्याचा लाभ पुढील जन्मातच होतो.

३. भाग्यात असेल तरच आपल्याला दुःखमुक्ती मिळेल. (वास्तवात आनंद सर्वांचा जन्मसिद्ध अधिकार आहे.)

४. ईश्वर म्हणजे, विशिष्ट चेहरा, दागिने, मेकअप असलेला... काही गोष्टींवर नाराज तर काहींवर खुश होणारा...

५.   ईश्वराला विश्वाची निर्मिती करण्यासाठी सात दिवस लागले.

६.   चांगलं जीवन जगणाऱ्या वाईट लोकांना त्यांच्या कर्मांची फळं पुढच्या जन्मात भोगावी लागतील.

के. जी. च्या अध्यात्माचा जन्म केव्हा आणि का झाला

मूल मोठं होऊ लागल्यावर त्याला प्रश्न पडतात. परंतु त्या प्रश्नांची उत्तरं समजण्याची शक्ती व ज्ञान तेव्हा त्याला नसतं. हा काळ अत्यंत नाजूक असतो. उत्तरं न मिळल्याने तो अस्वस्थ होतो. त्यातून तयार होणाऱ्या उत्तरांना के.जी.ची उत्तरं असं म्हणतात. या उत्तरांनी विद्यार्थ्यांचं कुतूहल शमत नाही. ही सगळी उत्तरं (ज्ञान) सुरुवातीला सांगायला कठीण आहेत. परंतु भविष्यात त्यांची योग्य उत्तरं द्यायलाच हवीत. जसं, एखाद्या छोट्या मुलाचे आजोबा वारल्यानंतर, ते देवाघरी गेले... आणि आकाशात चमचमता तारा बनले... असं खोटंच सांगितलं जातं. पण मोठेपणी भूगोलाच्या अभ्यासातून, आजोबा तारा बनले नाहीत हे वास्तव मुलाला समजतं. सुरुवातीच्या काळात मुलांना खरी उत्तरं समजावून सांगणं ही अवघड गोष्ट आहे. म्हणूनच प्रारंभिक-के.जी.ची उत्तरं दिली जातात. परंतु आता तुम्ही मोठे झाल्यामुळे यातून लवकरात लवकर बाहेर पडून तिसऱ्या भागात (महाआसमानी - माध्यमिक आध्यात्मिक ज्ञानात) जायला हवं. तेव्हा, जुन्या उत्तरांचा त्याग करून नावीन्याच्या स्वीकाराची तयारी ठेवा. त्यासाठी बुद्धी लवचीक आणि विश्वास दृढ असायला हवा. नाहीतर, कित्येकांची बुद्धी दृढ आणि विश्वास लवचीक असतो, जो क्षणाक्षणाला डगमगतो, बदलतो.

तिसऱ्या कप्प्यात - 'एम.ए.'मध्ये माध्यमिक आध्यात्मिक (महाआसमानी) ज्ञान मिळतं. हे ज्ञान मिळताच आपली 'स्वतःशी' - 'स्व'शी ओळख होते. आणि मग सगळ्या मान्यतांमधून मुक्ती मिळते. मनुष्य हेडमधून हृदयावर स्थापित होतो. (या संबंधी सविस्तर माहिती पुस्तकाच्या शेवटी दिली आहे.) एम.ए. केल्यानंतर आपल्याला 'एस.एस.'मध्ये - समजसंगात

(अंतिम सत्संगात) खरी उत्तरं मिळतात आणि त्यानंतर तुम्ही नकाशाच्या मध्यावर पोहोचता. हे असं स्थान आहे, जिथे आहे 'तेज', अप्रकाशित प्रकाश. या स्थानावर शोधकाचा (मनाचा) अंत होऊन ईश्वर प्रकटतो.

हे पुस्तक वाचल्यानंतर आपला अभिप्राय कृपया या पत्त्यावर अवश्य पाठवा.
Tejgyan Global Foundation,
Pimpri Colony Post Office,
P. O. Box 25, Pune - 411 017. Maharashtra (India).

परिशिष्ट

‘सरश्रीं’द्वारे रचित इतर पुस्तकं

भय, चिंता आणि क्रोध यांपासून
मुक्ती

पृष्ठसंख्या : १५२ • मूल्य : ₹ १००

Also available in Hindi, English

आधुनिक जगात माणूस नाना प्रकारचे ताणतणाव, भय आणि चिंतेच्या ओझ्याखाली दबून जगत आहे. यातून बाहेर पडण्यासाठी तो सतत काही ना काही उपाय शोधत असतो. उपलब्ध असलेल्या विविध प्रकारच्या उपायांमधून त्याला काहीसा दिलासा मिळत असला तरी भय व चिंता यांसारख्या विकारांपासून तो कायमचा मुक्त होत नाही, तर त्यावर उपाय शोधण्यासाठी सतत धडपडत राहतो.

या पुस्तकात तीन भागांमध्ये भय, चिंता आणि क्रोध याविषयीचे विवेचन केले आहे. अज्ञानामध्ये माणूस देवाकडे यश, पुत्र, सिद्धी इ. मागणी करत राहतो. पण या सर्वांपेक्षा श्रेष्ठ आहे मुक्तीचे वरदान, तेजवरदान! हे वरदान माणसाला सगळ्या भयांपासून, चिंतांपासून, क्रोधापासून तसेच जीवनातल्या सगळ्या समस्यांपासून मुक्त करते.

मानवी जीवनातील मुलभूत समस्यांचे स्वरूप त्या निर्माण होण्यामागची कारणे, त्या कारणांचे निवारण आणि समस्यारहित जीवनाची एक उच्च अवस्था याचे विवेचन या पुस्तकात केलेले आहे.

निर्भय, आनंदी आणि शांतीयुक्त जीवन जगण्यासाठी काही युक्त्या, सोपे उपाय या पुस्तकात दिलेले आहेत.

बोरडम, मोह, अहंकार यांपासून मुक्ती

सूक्ष्म विकारांवर विजय

पृष्ठसंख्या : २५६ • मूल्य : ₹ १७०

Also available in Hindi

मनाचं मूलभूत काम आहे इच्छा, आकांक्षा, कामना जागृत करणं. जेव्हा मनाच्या इच्छा पूर्ण होत नाहीत तेव्हा क्रोध जागृत होतो आणि प्रत्येक इच्छा पूर्ण झाल्याने लोभ. लोभ तृप्त होताच आसक्ती जागी होते आणि वस्तू हिसकावली जाताच अहंकार फणा काढतो. अशाप्रकारे विकारांच्या बंधनाची साखळी लांबत जाऊन फास बनून आवळू लागते. अहंकार नाहीसा होताच कामनांची शृंखला कमकुवत होऊ लागते, मोहाची साखळी जीर्ण होऊ लागते. क्रोधाची कात्री तुटू लागते, मोहाचं लाकूड कुजू लागतं, परिणामी मोक्षाचं द्वार खुलतं.

आपलं शरीर म्हणजे भगवंताचं मंदीर. या शरीररूपी मंदिराला जडलेले मोह, अहंकार, लालसा, भय, द्वेष, आळस, नैराश्य, तुलना, क्रोध, स्वार्थ यांसारखे विकार काढून टाकण्यासाठी हे पुस्तक आपल्याला निश्चितच साहाय्यक ठरेल. विकार म्हणजे मनाच्या नकारात्मक भावना... दशमुखी रावणाप्रमाणे मनाची ही दहा भयानक रूपं आहेत. विकारांचं हे दुष्टचक्र नाहीसं करून आपल्याला विकारमुक्त करण्यासाठीच वास्तवात या पुस्तकाची निर्मिती झाली आहे...

म्हणून विकारांपासून त्वरित मुक्त होणं अत्यावश्यक का आहे, हे या पुस्तकात प्रस्तुत केलं आहे.

एक अल्प परिचय
सरश्री

स्वीकार मंत्र मुद्रा

सरश्रींचा आध्यात्मिक शोध त्यांच्या बालपणापासूनच सुरू झाला होता. हा शोध सुरू असताना त्यांनी अनेक प्रकारच्या पुस्तकांचा अभ्यास केला. त्याचबरोबर आपल्या आध्यात्मिक शोधात मग्न राहून त्यांनी अनेक ध्यानपद्धतींचा अभ्यास केला. त्यांच्या या शोधाने त्यांना अनेक वैचारिक आणि शैक्षणिक संस्थांमध्ये जाण्यासाठी प्रेरित केले.

सत्यप्राप्तीच्या शोधासाठी जास्तीत-जास्त वेळ देता यावा, या तीव्र इच्छेने त्यांना, ते करत असलेले अध्यापनाचे कार्य त्याग करण्यास प्रवृत्त केले. जीवनाचे रहस्य समजण्यासाठी त्यांनी बराच काळ मनन करून आपले शोधकार्य सतत सुरू ठेवले. या शोधाच्या शेवटी त्यांना 'आत्मबोध' प्राप्त झाला. आत्मसाक्षात्कारानंतर त्यांना जाणवले, की सत्यापर्यंत पोहोचण्याच्या प्रत्येक मार्गात एकच सुटलेली कडी (मिसिंग लिंक) आहे आणि ती म्हणजे 'समज' (Understanding).

सरश्री म्हणतात, 'सत्यप्राप्तीच्या सर्व मार्गांचा आरंभ वेगवेगळ्या प्रकारे होतो, परंतु सर्वांचा शेवट मात्र 'समजे'ने होतो. ही 'समज'च सर्व काही असून, ती स्वतःच परिपूर्ण आहे. आध्यात्मिक ज्ञान प्राप्तीकरिता या 'समजे'चे श्रवणसुद्धा पुरेसे आहे' हीच 'समज' प्रदान करण्यासाठी सरश्रींनी 'तेजज्ञानाची' निर्मिती केली. तेजज्ञान ही आत्मविकासातून आत्मसाक्षात्कार प्राप्त करण्याची संपूर्ण ज्ञानप्रणाली आहे.

सरश्रींनी अडीच हजारांहून अधिक प्रवचन दिले आहेत आणि शंभरपेक्षा जास्त पुस्तकांची रचना केली आहे. ही पुस्तके दहापेक्षा अधिक भाषांमध्ये रूपांतरित केली गेली असून, पेंगुइन बुक्स, हे हाऊस पब्लिशर्स, जैको बुक्स, हिंद पॉकेट बुक्स, मंजुल पब्लिशिंग हाऊस, प्रभात प्रकाशन, राजपाल अ‍ॅण्ड सन्स इत्यादी प्रमुख प्रकाशन संस्थांद्वारा प्रकाशित केली गेली आहेत. सरश्रींच्या शिकवणीने लाखो लोकांच्या जीवनात परिवर्तन घडलं आहे. तसेच संपूर्ण विश्वाची चेतना वाढविण्यासाठी कित्येक सामाजिक कार्यांची सुरुवातही केली आहे.

तेजज्ञान फाउंडेशन परिचय

तेजज्ञान फाउंडेशन आत्मविकासातून आत्मसाक्षात्कार प्राप्त करण्याचा एक मार्ग आहे. यासाठी सरश्रींद्वारा एक अनोखी बोधप्रणाली (System for Wisdom) निर्माण झाली आहे. या प्रणालीला आंतरराष्ट्रीय प्रमाणपत्राद्वारे ISO 9001:2008 च्या आवश्यकतेनुसार आणि निकष पडताळून सरळ, व्यावहारिक आणि प्रभावी बनवलं गेलं आहे.

या संस्थेच्या प्रबोधनपद्धतीच्या भिन्न पैलूंना (शिक्षण, निरीक्षण आणि गुणवत्ता) स्वतंत्र गुणवत्ता परीक्षकांद्वारे (Quality Auditors) क्रमबद्ध पद्धतीने पडताळलं गेलं. त्यानंतर या पैलूंना ISO 9001:2008 साठी पात्र समजून या बोधपद्धतीला हे प्रमाणपत्र प्रदान करण्यात आलं.

या फाउंडेशनचे लक्ष्य आहे नकारात्मक विचारांकडून सकारात्मक विचारांकडे वाटचाल. सकारात्मक विचारांकडून शुभ विचारांकडे म्हणजे हॅपी थॉट्सकडे प्रगती. शुभ विचारांकडून निर्विचार अवस्थेकडे मार्गक्रमण आणि निर्विचार अवस्थेच्या अंती आत्मसाक्षात्कार प्राप्ती. 'मी सर्व विचारांपासून मुक्त व्हावे' हा विचार म्हणजे शुभ विचार (हॅपी थॉट्स). 'मी प्रत्येक इच्छेपासून मुक्त व्हावे', अशी इच्छा म्हणजे शुभ इच्छा.

तेजज्ञान म्हणजे ज्ञान व अज्ञान या दोहोंच्या पलीकडचे ज्ञान. पुष्कळ लोक सामान्य ज्ञानाच्या (General Knowledge) माहितीलाच ज्ञान मानतात. परंतु अस्सल ज्ञान आणि नुसती माहिती यांत फार मोठे अंतर आहे. आजमितीला लोक सामान्य ज्ञानाच्या उत्तरांनाच जास्त महत्त्व देतात. अशा ज्ञानाचे विषय म्हणजे कर्म आणि भाग्य, योग आणि प्राणायाम, स्वर्ग आणि नरक इत्यादी. आजच्या युगात सामान्यज्ञान प्राप्त करणारे लोक, शिक्षक मोठ्या प्रमाणावर आहेत; परंतु हे ज्ञान ऐकून जीवनात परिवर्तन घडून येत

नाही. असे ज्ञान म्हणजे केवळ बुद्धिविलास आहे किंवा अध्यात्माच्या नावावर चाललेला बुद्धीचा व्यायाम आहे.

सर्व समस्यांवरील उपाय आहे तेजज्ञान. क्रोध, चिंता आणि भय यांपासून मुक्त जीवन म्हणजे तेजज्ञान. शारीरिक, मानसिक, सामाजिक, आर्थिक आणि आध्यात्मिक प्रगतीचा, सर्वांगीण प्रगतीचा मार्ग आहे तेजज्ञान. तेजज्ञान आपल्या अंतरंगात आहे. येथे या आणि या गोष्टीचा अनुभव घ्या.

आपल्याला असे ज्ञान हवे आहे, की जे सामान्य ज्ञानापलीकडे आहे, जे प्रत्येक समस्येवरील उत्तर आहे, जे प्रत्येक समजुतीपासून, गृहीत धारणांपासून आपल्याला मुक्त करते, ईश्वरी साक्षात्कार घडविते, अंतिम सत्यात स्थापित करते. आता वेळ आली आहे शाब्दिक, सामान्यज्ञानातून बाहेर येऊन तेजज्ञानाचा अनुभव घेण्याची!

आजवर जप-तप, तंत्र-मंत्र, कर्म-भाग्य, ध्यान-ज्ञान, योग-भक्ती असे अनेक मार्ग अध्यात्मात सांगितले आहेत. या सर्व मार्गांनी प्राप्त होणारी अंतिम समज, अंतिम ज्ञान, बोध एकच आहे. अंतिम सत्याच्या शोधकाला, साधकाला शेवटी जी एकच 'समज' प्राप्त होते, ती 'समज' श्रवणानेसुद्धा प्राप्त होऊ शकते. अशा समजप्राप्तीसाठी श्रवण करणे यालाच तेजज्ञान प्राप्त करणे म्हटले गेले आहे. तेजज्ञानाच्या श्रवणाने सत्याचा साक्षात्कार घडतो, ईश्वरीय अनुभव मिळतो. हेच तेजज्ञान सरश्री महाआसमानी शिबिरात प्रदान करतात.

महाआसमानी शिबिर (निवासी)

तुम्हाला सर्वोच्च आनंद हवाय? असा आनंद, जो कोणत्याही बाह्य कारणावर अवलंबून नाही... जो प्रत्येक क्षणी वृद्धिंगत होतो. या जीवनात तुम्हाला प्रेम, विश्वास, शांती, समृद्धी आणि परमसंतुष्टी हवी आहे का? शारीरिक, मानसिक, सामाजिक, आर्थिक आणि आध्यात्मिक अशा आयुष्याच्या सर्व स्तरांवर यशस्वी होण्याची तुमची इच्छा आहे का? 'मी कोण आहे' हे तुम्हाला अनुभवाने जाणावंसं वाटतं का?

तुमच्या अंतर्यामी अशा सर्व प्रश्नांची उत्तरं जाणण्याची इच्छा आणि 'अंतिम सत्य' प्राप्त करण्याची तृष्णा असेल, तर तेजज्ञान फाउंडेशनतर्फे आयोजित 'महाआसमानी शिबिरा'त तुमचं स्वागत आहे. हे शिबिर सरश्रींच्या मार्गदर्शनावर आधारित आहे. सरश्री, आजच्या युगातील आध्यात्मिक गुरू असून, ते आजच्या लोकभाषेत अत्यंत सहजपणे आध्यात्मिक समज प्रदान करतात.

महाआसमानी शिबिराचा उद्देश :

विश्वातील प्रत्येक मनुष्यानं 'मी कोण आहे', या प्रश्नाचं उत्तर जाणून तो सर्वोच्च आनंदाच्या अवस्थेत स्थापित व्हावा, हाच या शिबिराचा मुख्य उद्देश आहे. प्रत्येकाला असं ज्ञान प्राप्त व्हावं, जेणेकरून त्यानं प्रत्येक क्षणी वर्तमानात जगण्याची कला आत्मसात करावी. तो भूतकाळाचं ओझं आणि भविष्याची चिंता यांतून मुक्त व्हावा. प्रत्येकाच्या आयुष्यात कधीही न संपणारा आनंद आणि योग्य समज यावी. शिवाय, प्रत्येकानं समस्या विलीन करण्याची कला आत्मसात करावी. थोडक्यात, मनुष्यजन्माचा उद्देश सफल व्हावा, हाच या शिबिराचा उद्देश आहे.

'मी कोण आहे? मी येथे का आहे? मोक्ष म्हणजे काय? या जन्मातच मोक्षप्राप्ती शक्य आहे का?' असे प्रश्न जर तुमच्या मनात असतील, तर त्यांवरील उत्तर आहे- 'महाआसमानी शिबिर'.

महाआसमानी शिबिराचे मुख्य लाभ :

वास्तविक या शिबिराचे लाभ तर असंख्य आहेत; पण त्यांपैकी मुख्य लाभ पुढीलप्रमाणे–

* जीवनात शक्तिशाली ध्येय निश्चित होतं
* 'मी कोण आहे' हे अनुभवाने जाणता येतं (सेल्फ रियलायजेशन)
* मनाचे सर्व विकार विलीन होतात.
* भय, चिंता, क्रोध, बोरडम, मोह, तणाव या नकारात्मक बाबींतून मुक्ती
* प्रेम, आनंद, मौन, समृद्धी, संतुष्टी, विश्वास अशा दिव्य गुणांशी युक्ती
* साधं, सरळ पण शक्तिशाली जीवन जगता येतं
* प्रत्येक समस्येचं निराकरण करण्याची कला प्राप्त होते
* 'प्रत्येक क्षणी वर्तमानात जगणं' हा तुमचा स्वभाव बनतो
* आपल्यातील सर्व सकारात्मक शक्यता खुलतात
* याच जीवनात मोक्षप्राप्ती होते

महाआसमानी शिबिरात सहभागी कसं व्हाल?

या शिबिरात सहभागी होण्यासाठी तुम्हाला खालील बाबींची पूर्तता करायची आहे–

१) तुमचं वय कमीत कमी अठरा किंवा त्यापेक्षा अधिक असायला हवं.

२) सर्वप्रथम तुम्हाला 'सत्य-स्थापना' (फाउंडेशन ट्रुथ रिट्रीट) शिबिरात सहभागी व्हावं लागेल. या शिबिरात, तुम्ही प्रामुख्यानं दोन बाबी शिकाल- प्रत्येक क्षणी वर्तमानात जगण्याची कला कशी आत्मसात करावी आणि निर्विचार अवस्था कशी प्राप्त करावी.

३) प्राथमिक स्तरावर तुम्हाला काही प्रवचनं ऐकायची असून, त्यांतून तुम्ही मूलभूत समज आत्मसात कराल आणि महाआसमानी शिबिरात प्रवेश करण्यासाठी तयार व्हाल.

महाआसमानी शिबिर वर्षभरात तीन-चार वेळा आयोजित केलं जातं. यात हजारो सत्यशोधक सहभागी होतात. महाआसमानी शिबिराची पूर्वतयारी तुम्ही तेजज्ञान फाउंडेशनच्या नजीकच्या सेंटरवरही करू शकता. महाराष्ट्रात अहमदनगर, सातारा, औरंगाबाद, नाशिक, नागपूर, वर्धा, अमरावती, चंद्रपूर, यवतमाळ, कोल्हापूर, सांगली, रत्नागिरी, लातूर, बीड, नांदेड, परभणी, पनवेल, मुंबई, ठाणे, सोलापूर, पंढरपूर, जळगाव, अकोला, बुलढाणा, धुळे, भुसावळ आणि महाराष्ट्राबाहेर सुरत, अहमदाबाद, बडोदा, नवी दिल्ली, बेंगलुरू, बेळगाव, धारवाड, रायपूर, भुवनेश्वर, कोलकाता, रांची, लखनौ, कानपूर, चंदीगढ, जयपूर, चेन्नई, पणजी, म्हापसा, भोपाळ, इंदोर, इटारसी, हर्दा, विदिशा, बुऱ्हाणपूर या ठिकाणी महाआसमानी शिबिराची पूर्वतयारी करू शकता.

तेजज्ञान फाउंडेशनमध्ये उपलब्ध असणाऱ्या सरश्रीलिखित पुस्तकांचं वाचन करून किंवा सरश्रींच्या प्रवचनांच्या सीडीज ऐकूनही तुम्ही या शिबिराची पूर्वतयारी करू शकता. याशिवाय, तुम्ही टीव्ही, रेडिओ किंवा यू ट्युबवरील सरश्रींच्या प्रवचनांचा लाभही घेऊ शकता. पण लक्षात घ्या, पुस्तकांतील ज्ञान, सीडी, टीव्ही, रेडिओ आणि यू ट्युबवरील प्रवचनं म्हणजे 'तेजज्ञानाची तोंडओळख' आहे; 'संपूर्ण तेजज्ञान' मुळीच नाही. तुम्ही महाआसमानी शिबिरात सहभागी होऊनच तेजज्ञानाचा आनंद घेऊ शकता. तेव्हा आगामी महाआसमानी शिबिरात सहभागी होण्यासाठी आजच संपर्क करा- ०९९२१००८०६०/ ७५, ९०११०१३२०८

महाआसमानी शिबिरस्थान :

हे शिबिर पुण्यातील मनन आश्रम येथे आयोजित केलं जातं. येथे तुमच्या निवासाची आणि भोजनाची व्यवस्था केली जाते. तुम्हाला काही शारीरिक व्याधी असतील आणि त्यासाठी जर तुम्ही नियमितपणे औषधं घेत असाल, तर शिबिरात येताना ती सोबत बाळगावीत. शिवाय, वातावरणानुसार गरम कपडे, स्वेटर, ब्लँकेटही आणावं.

पुणे शहरापासून १७ किलोमीटर अंतरावर अत्यंत निसर्गरम्य परिसरात मनन आश्रम वसलेला आहे. आश्रमात महिला आणि पुरुष यांच्या निवासाची स्वतंत्र व्यवस्था असून येथे जवळपास ८०० लोकांच्या राहण्याची व्यवस्था आहे. आपण हवाईमार्ग, हायवे किंवा रेल्वे अशा कोणत्याही मार्गाने पुण्यात येऊ शकता.

मनन आश्रम : मनन आश्रम, पुणे, सर्व्हे नं. ४३, सणस नगर, नांदोशी गाव, किरकटवाडी फाटा, तालुका- हवेली, जिल्हा- पुणे- ४११०२४. फोन- ०९९२१००८०६०

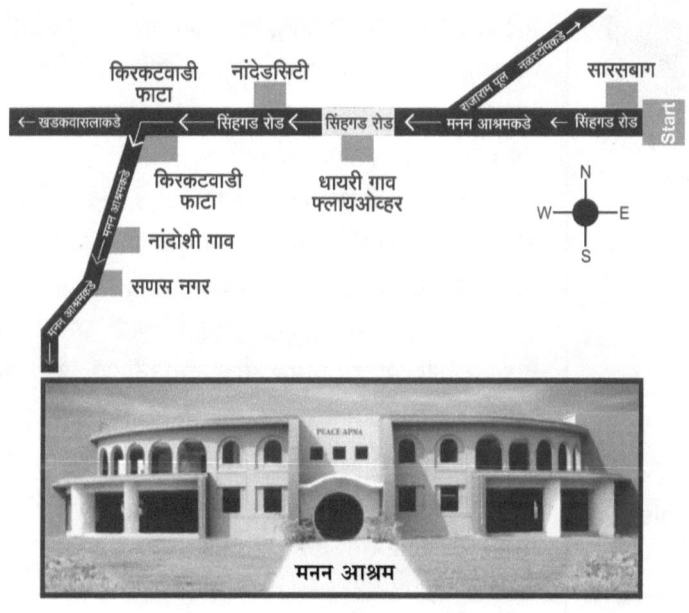

आता एका क्लिकवर शिबिराची नोंदणी!

आता तुम्ही पुढील शिबिरांसाठी **ऑनलाइन** नोंदणी करू शकता.

महाआसमानी शिबिर (५ दिवसीय निवासी शिबिर)

मॅजिक ऑफ अवेकनिंग (केवळ इंग्रजी भाषिकांसाठी ३ दिवसीय महाआसमानी शिबिर)

आध्यात्मिक नींव स्थापना (किशोरवयीन मुलांसाठी मिनी महाआसमानी निवासी शिबिर)

 www.tejgyan.org

पृष्ठसंख्या : १४४
मूल्य : ₹ ११०

Also available in Hindi

नम्रतेची शक्ती : अहंकारातून मुक्ती

मानवी मनात अनेक भावनांपैकी असणारी 'अभिमान' हीदेखील एक भावनाच आहे, तिला आपण 'गर्व', 'घमेंड' किंवा 'अहंकार' या नावांनी संबोधतो. या अभिमानाचा अतिरेक झाला, तर हाच अभिमान आपल्याला आयुष्याच्या अशा वळणावर आणून उभे करतो, जेथे मुक्तीचे सर्व मार्ग बंद होतात.

अभिमान ही मनुष्याची दुर्बलता असून, 'स्वभान' ही त्याची शक्ती आहे. 'असली' अहंकारापासून मुक्त होऊन मनुष्य जी शक्ती प्राप्त करतो, ती असते पावित्र्याची आणि नम्रतेची शक्ती. स्वतःला इतरांपासून वेगळं समजणं, हाच खराखुरा म्हणजे 'असली' अहंकार होय. नकली अहंकारापासून लोक बचावतातही, पण ज्ञानाच्या अभावी 'असली' अहंकार प्रकाशात येऊ शकत नाही. असली व नकली अहंकारातील फरक, नम्रतेची शक्ती आणि अहंकारातून मुक्त होण्यासाठीचे उपाय... अशा अनेक विषयांसंबंधी सरश्रींनी प्रस्तुत पुस्तकात मार्गदर्शन केले आहे.

पृष्ठसंख्या : १३६
मूल्य : ₹ ११०

Also available in Hindi

कशी मिळेल इच्छांपासून मुक्ती

प्रत्येक मनुष्याच्या अंतरंगात एक मूळ इच्छा असते, ती म्हणजे स्वतःला जाणण्याची, स्वानुभवाच्या सागरात स्वतःला विलिन करण्याची आणि 'स्व'त्वाच्या अनुभूतीत स्थापित होण्याची. आजच्या तंत्रप्रगत युगात अनावश्यक इच्छांच्या जाळ्यात अडकल्याने मनुष्याची जीवनरूपी नौका भवसागरात भरकटतेय.

प्रस्तुत पुस्तक म्हणजे अशा सर्व अनावश्यक इच्छा समाप्त करून शुभ इच्छेची ज्योत जागृत करणारा जणू ऊर्जास्त्रोतच! चिमणी एक-एक काडी गोळा करत स्वतःचं घरटं बांधते, तसंच आपल्यालाही शरीररूपी घरट्यातील एक-एक स्थूल आणि सूक्ष्म इच्छेचा शोध घेऊन त्या विलिन करायच्या आहेत; कारण हे केवळ आपलं घरटं नसून, ते ईश्वराच्या निवास आणि अभिव्यक्तीचं पवित्र मंदिर आहे. हे केवळ पुस्तक नसून, इच्छामुक्तीचा मूलमंत्र आहे, जो तुमच्या अंतर्यामी सत्य, प्रेम, आनंद आणि आत्मसमृद्धीची जाणीव वृद्धींगत करेल, तुमच्या अंतर्मनाचं प्रोग्रामिंग करेल.

पृष्ठसंख्या : १७६
मूल्य : ₹ १४०

Also available in Hindi

विकास नियम : आत्मसंतुष्टीचं रहस्य

'विकासनियम' म्हणजे जीवनाच्या सर्वांत मौल्यवान खजिन्यापर्यंत नेणारा जणू नकाशाच! ज्याच्या हातात हा नकाशा पडतो, तो आत्मसमाधानप्राप्तीचं रहस्य जाणून विकासाचं आणि संपूर्ण सफलतेचं शिखर हसत-खेळत गाठतो.

विकासनियमांनुसार, **'प्रत्येक प्राणिमात्रात सर्वोच्च क्षमता आणि शक्यता असतातच, फक्त त्या क्षमता आणि शक्यता सुप्तावस्थेत असतात.'** या क्षमता तेव्हाच पूर्णतः खुलतात, जेव्हा आपण स्वतःच्या गुणांचा, कौशल्यांचा विकास करतो. 'विकासनियम' या पुस्तकात स्वतःचा 'संपूर्ण विकास' कसा साधावा, याचं रहस्य सामावलंय. सवयी बदला-स्वतःला दिशा द्या, अखंड विकास, नात्यांचा विकास, आर्थिक विकासाची गुरुकिल्ली, शारीरिक विकासाच्या पायऱ्या, मानसिक विकासाची सूत्रे आणि आध्यात्मिक विकासासाठी कोणती पावले उचलावीत, या आणि अशा अनेक विषयांवर मार्गदर्शन करणारं हे पुस्तक प्रत्येकानं वाचायलाच हवं.

पृष्ठसंख्या : १८४
मूल्य : ₹ १५०

Also available in Hindi

संपूर्ण प्रशिक्षण : उत्कर्षाकडे झेप

मनुष्याच्या जीवनात एकदा ध्येय निश्चित झालं, की त्याच्या जीवनाला दिशा मिळते आणि दिशा मिळताच दशा बदलते. आवश्यकता असते ती केवळ सुनिश्चित ध्येयाची. ध्येय निश्चितीपासून ते यशोशिखर गाठण्यापर्यंत आपल्याला सर्वतोपरी मार्गदर्शन करणारं पुस्तक आहे, 'संपूर्ण प्रशिक्षण'.

हे पुस्तक म्हणजे संपूर्ण अभिव्यक्ती ट्रेनिंगचा नकाशाच आहे. ध्येयप्राप्तीसाठी प्रशिक्षणाची आवश्यकता, ध्येयप्राप्तीच्या मार्गातील अडथळे, ध्येयापर्यंत पोहोचण्यासाठी उचलावी लागणारी योग्य पावलं यांच्याविषयी विस्तृत माहिती या पुस्तकात आहे. शिवाय शरीर, मन, बुद्धी यांना आवश्यक असणाऱ्या प्रशिक्षणाचं सम्यक मार्गदर्शनही या पुस्तकात केलेलं आहे.

पृष्ठसंख्या : २१६
मूल्य : ₹ १५०

Also available in Hindi

सुगंध नात्यांचा : सोनेरी नियमाची किमया

सूर्याची सोनेरी किरणं पृथ्वीवर येतात, त्यावेळी पृथ्वी आणि सूर्याचं सुरेख मिलन पाहण्यासारखं असतं. सूर्याची सोनेरी किरणं अंगावर पडताच पृथ्वीवरील जीवनाची सुरुवात होते. केवळ सूर्याच्या उपस्थितीने पृथ्वीचा कण न् कण खुलायला-उमलायला लागतो. तुमच्या कुटुंबातही तुमची उपस्थिती सूर्यासारखीच आहे का? नसल्यास तशी होऊ शकते. सूर्याची सोनेरी किरणं ज्याप्रमाणे जीवनासाठी आवश्यक आहेत, अगदी तसेच सोनेरी नियम आपल्या कुटुंबासाठी आणि समाजासाठी अत्यंत महत्त्वपूर्ण आहेत.

होय! प्रस्तुत पुस्तकाच्या रूपात नात्यांची वीण घट्ट करणारा, प्रत्येक नातं खुलवणारा आणि घराला स्वर्ग बनवणारा सोनेरी नियम तुम्हाला गवसणार आहे. हे केवळ पुस्तक नसून आयुष्यातील नातेसंबंध समृद्ध करणारं साक्षात ज्ञानामृतच!

आपणास हवी असलेली पुस्तकं घरपोच मिळण्यासाठी मनीऑर्डर पाठवा. ही पुस्तकं आमच्या खर्चाने रजिस्टर्ड पोस्ट, कुरिअर आणि व्ही.पी.पी.द्वारे पाठवली जातील. त्यासाठी खालील पत्त्यावर संपर्क साधावा.

वॉव पब्लिशिंग्ज् प्रा. लि.

*रजिस्टर्ड ऑफिस : E-4, वैभव नगर, तपोवन मंदिराजवळ, पिंपरी, पुणे - ४११०१७
*पोस्ट बॉक्स नं. ३६, पिंपरी कॉलनी, पोस्ट ऑफिस, पिंपरी-पुणे - ४११०१७
फोन नं. : 09011013210 / 9623457873
आपण पुस्तकांची ऑर्डर ऑनलाईनही देऊ शकता.
लॉग इन करा - www.gethappythoughts.org
पोस्टाने पुस्तकं मागवल्यास टपाल खर्चात पूर्ण सवलत तर मिळेलच शिवाय ३०० रुपयांहून अधिक किमतीची पुस्तकं मागवल्यास १०% सूट मिळेल.

पुस्तकांसंबंधी अधिक माहितीसाठी संपर्क साधा :
9623457873
For online shopping visit us : www.gethappythoughts.org

बेस्टसेलर पुस्तक 'विचार नियम' शृंखलेचे
रचनाकार सरश्रींच्या सत्य संदेशाचा लाभ घ्या

संस्कार चॅनलवर

सोमवार ते शनिवार संध्या. 6:35 ते 6:55 आणि
रविवारी संध्या. 8:10 ते 8:30 वाजता

• रेडिओ •

विविध भारती F.M. वर मंगळवारी, शुक्रवारी,
शनिवारी, रविवारी सकाळी 9:15 वा. 'तेजविकास मंत्र'.

M.W. पुणे वर शनिवारी सकाळी 8:55 वा.
'तेजज्ञान इनर पीस अँड ब्यूटी' कार्यक्रम.

नोट : या कार्यक्रमांच्या वेळेत बदल झाल्यास नोंद ठेवावी.

www.youtube.com/tejgyan च्या साहाय्यानेदेखील
सरश्रींच्या प्रवचनांचा लाभ घेऊ शकता.

तेजज्ञान फाउंडेशनच्या मुख्य शाखा

- **पुणे :** (रजिस्टर्ड ऑफिस)
  विक्रांत कॉम्प्लेक्स, तपोवन मंदिराजवळ,
  पिंपरी, पुणे : 411 017.
  फोन : (020) 27412576, 27411240

- **मनन आश्रम :**
  सर्व्हे नं. ४३, सणस नगर, नांदोशी गांव,
  किरकटवाडी फाटा, तालुका : हवेली,
  जि. पुणे : 411 024. फोन : 09921008060

तेजज्ञान इंटरनेट रेडिओ

तेजज्ञान इंटरनेट रेडिओद्वारे २४ तास ३६५ दिवस, सरश्रींच्या प्रवचन आणि भजनांचा लाभ घ्या. त्यासाठी पाहा लिंक - http://www.tejgyan.org internetradio.aspx

e-books

The Source • Complete Meditation • Ultimate Purpose of Success • Enlightenment • Inner Magic • Celebrating Relationships • Essence of Devotion • Master of Siddhartha • Self Encounter and many more e-books available.
Also e-books available in Hindi on gethappythoughts.org

Free apps

U R Meditation & Tejgyan Internet Radio on all platforms like Android, iPhone, iPad and Amazon

e-magazine

'Yogya Aarogya' & 'Drushtilakshya' emagazines available on www.magzter.com

e-mail

mail@tejgyan.com

website

www.tejgyan.org, www.gethappythoughts.org

✻ नम्र निवेदन ✻

विश्वशांतीसाठी लाखो लोक दररोज सकाळी आणि रात्री ९:०९ मिनिटांनी प्रार्थना करत आहेत. कृपया, आपणही यामध्ये सहभागी व्हा.

www.ingramcontent.com/pod-product-compliance
Lightning Source LLC
LaVergne TN
LVHW040151080526
838202LV00042B/3120
9788184154344